சுராவின்

டாக்டர் பி.ஆர். அம்பேத்கர்

எழுதி வழங்கியவர் :

செ. சசிகலா தேவி, M.A. M.Phil (Tamil)., PGDLA

சுரா பதிப்பகம்

சுரா பதிப்பகம்

(An imprint of Sura College of Competition)

சென்னை

W 308

டாக்டர் பி.ஆர். அம்பேத்கர்

(DR. B.R. AMBEDKAR)

by **Sasikala Devi, M.A., M.Phil. (Tamil)., PGDLA**

இந்தப் பதிப்பு : ஜூன், 2022

அளவு : 1/8 டெமி

பக்கங்கள் : 96

குறியீட்டு எண் : W 308

ISBN: 81-7478-949-9

(வெளியீட்டாளர்களின் எழுத்து மூலமான அனுமதி இன்றி இப்புத்தகத்தை மறுபதிப்புச் செய்யவோ, வேறு மொழிகளில் மொழிபெயர்க்கவோ, அச்சடிக்கவோ, போட்டோகாபி செய்யவோ கூடாது)

சுரா பதிப்பகம்

[An imprint of Sura College of Competition]

தலைமை அலுவலகம்: 1620, 'ஜே' பிளாக், 16-ஆவது பிரதான சாலை, அண்ணா நகர், சென்னை-600 040. ☎ 91-44-26162173, 26161099

பத்மாவதி ஆப்செட், சென்னை–600 032–இல் அச்சடிக்கப்பட்டு, **சுரா பதிப்பகத்திற்காக** [An imprint of Sura College of Competition], 1620, 'ஜே' பிளாக், 16–ஆவது பிரதான சாலை, அண்ணா நகர், சென்னை – 600 040–இல் **திரு. வீ.வீ.கே. சுப்புராசு** அவர்களால் வெளியிடப்பட்டது.

தொலைபேசி எண்: 91–44–48629977.

email: suracollege@gmail.com; enquiry@surabooks.com;

website: www.surabooks.com

06 22 500

பொருளடக்கம்

1. தோற்றம் 1
2. பள்ளிப் பருவம் 4
3. பீமாராவ் சந்தித்த சாதிக் கொடுமைகள் 7
4. மனிதநேயம் மிகுந்த ஆசிரியர் 12
5. குடும்பத்தினரின் தியாகங்கள் 17
6. உயர்நிலைக்கல்வி 21
7. வெளிநாடுகளில் அம்பேத்கரின் கல்வி 25
8. மீண்டும் இந்தியா 31
9. அம்பேத்கரின் மனப்போராட்டங்கள் 34
10. மீண்டும் இங்கிலாந்து சென்ற அம்பேத்கர் 37
11. வழக்கறிஞர் வேலை 39
12. பகிஷ்கிரிட் இதாகரணி சபா 41
13. மக்கள் தலைவராக அம்பேத்கர் 44
14. முதல் உரிமைப்போர் 48
15. சைமன் குழுவில் உறுப்பினரான அம்பேத்கர் 52
16. நாசிக் கோயில் நுழைவுப் போராட்டம் 55
17. முதல் வட்டமேசை மாநாட்டில் அம்பேத்கரின் உரை 58
18. இரண்டாம் வட்டமேசை மாநாட்டில் அம்பேத்கரின் உரை 61
19. தனி இடஒதுக்கீடு பிரச்சினையில் அம்பேத்கரின் வெற்றி 64
20. பூனா ஒப்பந்தம் 67

21.	இராஜகிருஹம்	70
22.	ஏலா மாநாடு	71
23.	சுதந்திர தொழிலாளர் கட்சி உதயம்	75
24.	அரசியல் சட்ட வரைவுக் குழுத் தலைவராக அம்பேத்கர்	78
25.	அம்பேத்கரின் இறுதி நாட்கள்	82
	பின்இணைப்பு	86

1. தோற்றம்

சான்றோர்கள் பலரை அளித்த வரலாற்றுச் சிறப்பு மிக்க மாநிலம் மராட்டியம். ஆனால் மனதில் சாதி என்ற அழுக்குப் படிந்த மாநிலமாக அது இருந்தது. தீண்டாமைக் கொடுமை உச்சக்கட்டமாக அங்கு இருந்த காலகட்டம். உயர்சாதி என்று தங்களால் கூறிக்கொண்டவர்களால் தீண்டத்தகாதவர்கள் என்று ஒதுக்கி வைக்கப்பட்டவர்கள் மகார் இன மக்கள். மகார் இன மக்கள் மராட்டிய மண்ணின் மைந்தர்கள். அந்நாட்டின் அனைத்துப் பகுதிகளிலேயும் அவர்கள் கலந்து நிறைந்துள்ளனர். கிராம கோயில் உற்சவ சமயம் பல்லக்கு தூக்குவது மற்றும் ஊர்க் காவல் புரிவது அவர்களின் வேலைகளாக இருந்தன.

அவர்கள் உயர் சாதியினர் வாழும் தெருக்களில் நடமாடக் கூடாது; காலணிகள் அணியக்கூடாது; மேல் சட்டை போட்டு வரக்கூடாது. உயர்சாதிக்காரர்களை நெடுஞ்சாண்கிடையாக விழுந்து வணங்க வேண்டும். மகார் இன மக்களிடம் துணிவு, தைரியம், மனவுறுதி, தேசபக்தி, நன்றியுணர்வு, நேர்மை மற்றும் முயற்சி போன்ற உயர்பண்புகள் குடியிருந்தன. அதனால் அவர்களைப் போரிடுவதில் பயன்படுத்திக் கொண்டனர். பழங்காலம் முதல் இவர்களின் போர்த்திறன் மதிக்கப்பட்டுள்ளது. சிறந்த உடற்கட்டும் போர்த்திறமையும் மனவலிமையும் மிக்க இவர்கள் ஒருகாலத்தில் நாடோடிகளாய்ச்

சுற்றி அலைந்தார்கள். அதனால் எத்தகைய துன்பங்களையும் சகித்துக்கொள்ளும் மனப்பான்மையும் அவர்களிடமிருந்தது. அதனால்தான் சாதிக் கொடுமைகளையும் சகித்துக் கொண்டு போராடாமல் இருந்தார்கள் போலும். உயிரைப் பற்றி கவலைப்படாமல் எடுத்த காரியத்தை முடிக்க வேண்டும் என்ற வைராக்கியம் நிறைந்திருந்த மகார் இன மக்கள், கொரில்லா போர் முறையிலும் கைதேர்ந்தவர்கள். மராட்டிய மன்னன் சிவாஜி மகார் இன மக்களின் வீரச்செறிவை அறிந்து தன் படையில் அவர்களை சேர்த்துக்கொண்டார். கொங்கணக் கடற்கரையில் முகலாய சாம்ராஜ்யத்திற்கெதிராக நடந்த போரில் மகார்களின் துணைகொண்டு வீர சிவாஜி மாபெரும் வெற்றியடைந்தார்.

பேஷ்வாக்களின் படைகளிலும், கிழக்கிந்தியக் கம்பெனியின் படையிலும் பெருவாரியான மகார்கள் பணியாற்றியுள்ளனர்.

மராட்டிய மாநிலத்தில் உள்ள இரத்தினகிரி என்ற மாவட்டத்தில் அம்பவாடி என்ற சிற்றூர் ஒன்று உண்டு. அவ்வூரில் மகார் இனத்தில் பிறந்த இராம்ஜி சக்பால் என்பவர் வாழ்ந்துவந்தார். அவருக்கு பீமாபாய் என்ற நற்குண நங்கை மனைவியானார். இராம்ஜி சக்பால் ஆங்கிலேயர்களின் இராணுவத்தில் சேர்ந்தார். அங்கு இராணுவ வீரராக அல்ல, அந்த வீரர்களுக்குக் கல்வி கற்பிக்கும் ஆசிரியராகப் பணியாற்றினார்.

இராம்ஜி சக்பால் மராட்டிய மொழியில் புலமை வாய்ந்தவர். ஆங்கில அறிவும் பெற்றவர். இவருடைய ஆங்கிலப் புலமையைக் கண்டு உயர் அதிகாரிகள் வியந்தனர். ஆங்கில

இலக்கியங்களையும் கற்று அறிவுச் சுடராக விளங்கினார். கடமை உணர்வு, பணியில் நேர்மை கொண்டு விளங்கியதால் அதிகாரிகளின் பாராட்டு கிடைத்தது. அரசுப்பணியில் இருந்ததால் பல ஊர்களுக்கும் மாற்றப்பட்டார். மனைவியாரும் அவருடன் சென்றார்.

இராம்ஜி சக்பால் மாவோ என்ற ஊருக்கு மாற்றலாகி வந்தார். அப்போது அவர் 13 குழந்தைகளுக்குத் தந்தை. கடைசியாக 1891-ஆம் ஆண்டு ஏப்ரல் 14-ஆம் நாள் 14-ஆம் குழந்தையாக அம்பேத்கர் பிறந்தார். பெற்றோர் தங்கள் பெயரை இணைத்து அந்தக் குழந்தைக்கு 'பீமாராவ் ராம்ஜி' என்று பெயர் சூட்டி மகிழ்ந்தனர்.

★★★

2. பள்ளிப் பருவம்

இராம்ஜி சக்பால் - பீமாராவ் தம்பதியினருக்கு 14 குழந்தைகள் பிறந்தாலும் உயிருடன் இருந்தவை ஐந்து குழந்தைகள் மட்டுமே. ஆண்களில் பலராம், ஆனந்தராவ், பீமாராவ், பெண்களில் மஞ்சுளா, துளசி ஆகியோர் மட்டுமே அன்பான பெற்றோருடன் வாழும் கொடுப்பினையைப் பெற்றிருந்தார்கள். இவர்களில் கடைக்குட்டி பீமாராவ் அன்னையிடமும், தந்தையிடமும், அத்தை மீராபாயிடமும் அதிக செல்லத்துடன் வளர்ந்தார். பீமாராவ் பிறந்த நேரத்தில்தான் அவரின் தந்தைக்கு சுபேதார் மேஜர் பதவி உயர்வு கிடைத்தது. தேனீயாகச் சுறுசுறுப்புடன் பணியாற்றி வந்த இராம்ஜி சக்பால் 1893-இல் ஓய்வு பெற்றார். அப்போது பீமாராவ் இராம்ஜிக்கு வயது இரண்டு. இராம்ஜி சக்பால் தனது பிள்ளைகளைக் கண்டிப்புடன் வளர்த்தார். அவர்களுக்குத் தானே பாடம் சொல்லிக் கொடுப்பார். தெய்வபக்தி மிக்க அவர் தன் பிள்ளைகளை ஒழுக்கத்துடன் வளர்த்தார்.

பீமாபாய் சிறந்த பண்பைப் பெற்றிருந்தார். இராமாயண, மகாபாரதக் கதைகளையும் இராமதாஸ், கபீர்தாஸ், ஆகியோரின் கருத்துகளையும் பிள்ளைகளுக்குக் கூறுவார். இராம்ஜி சக்பால் ஓய்வு பெற்றதும் கொண்காணத்திலுள்ள தாட்போலி என்ற இடத்திற்கு வந்து குடியேறினார். இயற்கை எழில் மிகுந்த கிராமம் அது. அந்த ஊர் அனைவருக்கும் பிடித்திருந்தது. அந்த ஊரிலிருந்த பள்ளியில் 1896-ஆம் ஆண்டு பீமாராவ் ராம்ஜி சேர்க்கப்பட்டான். தன் கல்வியறிவால் உலகை வென்ற சட்ட மாமேதை, தான் கல்வியறிவு பெறுவதற்காக முதன் முதலில்

அடியெடுத்துவைத்த பெருமையை தாட்போலி ஆரம்பப்பள்ளி பெற்றுக்கொண்டது. சாதிக்கொடுமை தலைவிரித்தாடிய அக்காலத்தில் தாழ்த்தப்பட்ட சாதியில் பிறந்த பீமாராவும், அவரது அண்ணனும் பள்ளிக்குச் சென்றது ஒரு புரட்சியாகும்.

இராம்ஜி சக்பால் இராணுவத்திலிருந்து ஓய்வு பெற்றதும் குடும்பத்தில் வறுமை எட்டிப் பார்த்தது. அவருடைய பெரிய குடும்பத்திற்கு அவருக்கு வரும் ஓய்வூதியம் போதுமானதாக இல்லை. அதனால், வருமானத்தைப் பெருக்க ஏதேனும் வேலை பார்க்க விரும்பினார். பல இடங்களுக்கும் சென்று வேலை கேட்டார். எங்கும் வேலை கிடைக்கவில்லை. ஓய்வு பெற்ற பின்னும் வேலை தேட வேண்டிய நிலையை எண்ணி, அவரது மனைவி பீமாபாய் மனம் கலங்கினார்.

கடைசியாக, சதாரா என்ற இடத்தில் காசாளர் வேலை கிடைத்தது. தினமும் தாட்போலிலிருந்து பல மைல் தூரம் உள்ள சதாராவுக்குச் சென்று வந்ததால், அவர் உடலும் உள்ளமும் தளர்ந்தது. இதனை அறிந்த பீமாபாய் கணவர் பணியாற்றும் சதாராவிற்கே குடிபெயர நினைத்தார். அதுவே நல்லது என்று இராம்ஜி சக்பாலும் கருதினார். சதாராவிலேயே ஒரு வீடு பார்த்துக் குடியேறினர்.

சதாராவிற்கு வந்ததும், இராம்ஜி சக்பால் குழந்தைகளின் படிப்பின் மீது ஆழ்ந்த கவனம் செலுத்தினார். மூத்த மகனையும் பீமாராவ் இராம்ஜியையும் சதாராவில் உள்ள ஒரு பள்ளியில் சேர்த்தார். பிள்ளைகள் ஒழுங்காகப் பள்ளி சென்று வந்தனர்.

சதாராவிற்கு வந்த பிறகு அடிக்கடி பீமாபாய் நோயுற்றார். இராம்ஜி சக்பால் தன் மனைவியின் நோயைக் குணமாக்க மருத்துவர்கள் பலரிடமும் அழைத்துச் சென்றார். ஆனால் பீமாபாயின் நோய் குணமாகவில்லை. உடல்நிலை நாளுக்கு நாள் மிகவும் மோசமடைந்தது. இராம்ஜி சக்பால் மிகவும் வேதனையடைந்தார். தன் மனைவிக்குப் பிறகு குழந்தைகளைக்

கவனித்துக்கொள்வது யார்? குடும்பம் நடத்துவது எப்படி? என்ற மனப் போராட்டம் அவரை வாட்டியது.

சிகிச்சைகள் பயனின்றி, அவரது மனைவி பீமாபாய் 1896-இல் இயற்கை எய்தினார். இராம்ஜி சக்பால் சதாரா வந்த ஈராண்டுகளுக்குள் மனைவியை இழந்தார். குழந்தைகளைக் கவனிக்கும் பொறுப்பையும் குடும்பத்தை நடத்தும் கடமையையும் இராம்ஜி சக்பாலின் தங்கை ஏற்றுக்கொண்டார்.

தனது இரு மகள்களுக்குத் திருமணம் செய்துவைக்க இராம்ஜி சக்பால் நினைத்தார். அதற்கு வேண்டிய வசதி வாய்ப்பு அவரிடம் இல்லை. என்ன செய்வது என்று தெரியாமல் திகைத்தார். அப்போது அவருடைய நண்பர் உதவி செய்ய முன்வந்தார். அவருடைய உதவியால் இரு பெண்களுக்குத் திருமணம் செய்துவைத்தார். அப்பெண்கள் மும்பையில் வாழ்ந்தார்கள். அடிக்கடி வந்து, தங்கள் தந்தையையும் உடன் பிறந்தவர்களையும் பார்த்துவிட்டுச் சென்றனர்.

இராம்ஜி சக்பால் தன் குடும்பத்தில் ஏற்பட்ட வறுமைநிலை காரணமாக மகன்களின் கல்வி எந்த வகையிலும் தடைபடக் கூடாது என்று நினைத்தார். சதாரா வந்தபின் ஏற்பட்ட மனைவியின் இறப்பு அவர் மனதை மிகவும் வதைத்தாலும் மகன்களின் கல்வி ஆர்வத்தை அணைக்காமல் இருந்தார். தன் இரு மகன்களையும் சதாராவில் உள்ள பள்ளியில் சேர்த்தார்.

* * *

3. பீமாராவ் சந்தித்த சாதிக் கொடுமைகள்

பீமாராவ் ராம்ஜி ஒரு நாள் பள்ளி முடிந்து வீட்டிற்குத் திரும்பி வந்துகொண்டிருந்தார். வெயில் கடுமையாக இருந்தது. பீமாராவ் புத்தகங்களை எடுத்துத் தலைக்குப் பாதுகாப்பாக வைத்துக்கொண்டார். வீதி வழியே நடந்து சென்றார். அவருக்குத் தாகம் அதிகம் எடுத்தது. ஓரிரு வீடுகளுக்குச் சென்று குடிக்கத் தண்ணீர் கேட்டார். யாருமே தண்ணீர் தரவில்லை. சோர்வாக நடந்து சென்றார்.

பாதை ஓரத்தில், பொதுக்குளம் ஒன்று இருந்தது. அதனைக் கண்டதும் மிகுந்த தாகத்துடன் இருந்த அவர் ஆவலுடன் குளத்தின் அருகில் சென்று தண்ணீர் பருகக் குனிந்தார். அவர் முதுகில் ஓர் அடி விழுந்தது; திடுக்கிட்டு நிமிர்ந்தார். கோபத்துடன் நின்ற பெண், "தீண்டத்தகாத கீழ்ச்சாதிக்காரனெல்லாம் எப்படி இந்தப் பொதுக்குளத்தில் நீர் பருகலாம்?" என்று கத்தினாள். பயந்து போன பீமாராவ் ராம்ஜி தாகத்துடன் வீடு வந்து சேர்ந்தார்.

அப்போதெல்லாம் எல்லோரும் ஓர் குலம், எல்லோரும் இந்நாட்டு மக்கள் என்ற எண்ணம் இந்திய மக்களிடையே இல்லை. உயர்சாதி, தாழ்ந்த சாதி என்று பிரித்து மேல் தட்டினர் கீழ்ச்சாதி மக்களை மாசுக்களாக எண்ணி, தொட்டால் தீட்டு என்று இழிவுபடுத்தி வந்தனர். ஆயிரமாயிரம் ஆண்டுகளாக

இந்நிலை நீடித்து வந்தது. ஒதுக்கித் தள்ளப்பட்ட மக்கள் தங்களுக்கு விடிவு காலம் எப்போது கிடைக்கும் என்று ஏங்கித் தவித்தனர்.

இவர்களின் அவலங்களைத் தீர்ப்பது போல், மறுவாழ்வு அளிக்கும் வகையில் அந்நிய மதங்கள் இந்தியாவில் வளர்ச்சி பெற்றன. அவர்கள் இங்கு ஆழமாகக் கால் ஊன்றக் காரணம் இந்து மதத்திலிருந்த சாதி வேற்றுமைகளே.

சதாராவில் உள்ள பள்ளிகளிலும் சாதி வேற்றுமை தலைவிரித்தாடியது. உயர்ந்த சாதிக் குழந்தைகளுக்குத் தனியிடம், தாழ்ந்த சாதிக் குழந்தைகளுக்கு வேறிடம் என்று ஒதுக்கியிருந்தனர். இரு பிரிவினரும் ஒருவரையொருவர் தீண்டக்கூடாது, சேர்ந்து விளையாடக்கூடாது என்றெல்லாம் கட்டுப்பாடுகள் இருந்தன. பீமாராவ் ராம்ஜியின் மனதில் சாதிக்கு இடமில்லை. எல்லா மாணவர்களுடனும் பழக வேண்டும் என்று விரும்பினான். அந்தப் பிஞ்சு உள்ளம் சாதியை ஒழிப்பது எப்படி என்று துடியாய்த் துடித்தது. பள்ளியில் தாழ்ந்த சாதி மாணவர்களை நடத்தும் விதம் கண்டு மிகுந்த மன வேதனை அடைந்தான். அவர்களுக்கு விடிவு காலம் எப்போது என்று எதிர்நோக்கினான்.

ஒரு நாள் பீமாராவ் ராம்ஜி பள்ளிக்குச் செல்லாமல் வீட்டில் இருந்தான். அன்று அவனுடைய தந்தையும் வீட்டில் இருந்தார். மகன் பள்ளிக்கூடம் செல்லாமல் வீட்டில் இருப்பதைப் பார்த்த தந்தை "பீமாராவ் .... நேரமாகிவிட்டதே ஏன் பள்ளிக்குச் செல்லவில்லை ? என்று அருகில் சென்று கேட்டார். சிறுவன் பீமாராவ் ராம்ஜி, அப்பா பள்ளிக்கூடத்தில் எங்களைத் தனியாக உட்கார வைக்கிறார்கள். உயர்சாதி மாணவர்கள் அருகில் நெருங்கக் கூடாதாம். அவர்களுடன் பழகக் கூடாதாம்.

ஏன் இப்படிச் செய்கிறார்கள்?" என்று தன் மனக்குமுறலை வெளிப்படுத்தினான்.

தன் மகன் இப்படியொரு கேள்வி கேட்பான் என்று இராம்ஜி சக்பால் எதிர்பார்க்கவே இல்லை. மகனிடம் என்ன பதில் சொல்வது என்று புரியவில்லை.

"பீமாராவ்... இதெல்லாம் நம் தலையெழுத்து" என்றார். "என்னப்பா இது? நமக்கு மட்டும் ஏன் இப்படி ஒரு தலையெழுத்து? அவர்களுக்கு அப்படி இல்லையா?" என்று கேட்டான் பீமாராவ் இராம்ஜி. இதற்கு மேல் பதில் கூறினால், கேள்விக்கு மேல் கேள்வி கேட்பான், என்று நினைத்தார்.

"பீமாராவ், நீ பார்க்கும் இந்தக் கொடுமை இன்று நேற்று ஏற்பட்டதல்ல. காலம் காலமாக நடந்து வருகிறது. அதனை நாம் என்ன செய்து விட முடியும்? நீ பள்ளிக்குப் போ" என்றார் தந்தை.

பீமாராவ் ராம்ஜி அன்று பள்ளிக்குச் சென்றான். பள்ளியில் அவன் கண்ட காட்சி, அதிர்ச்சியடைய வைத்தது. அவருடைய அண்ணனை ஆசிரியர் அடித்துக் கொண்டிருந்தார். அண்ணன் எதற்காக அடி வாங்குகிறார்? என்ற கேள்வி அவன் மனதில் எழுந்தது.

ஆசிரியர், "உன்னை அவர்கள் உட்காரும் இடத்திற்குப் போகக்கூடாது என்று எத்தனை முறை சொல்லியிருக்கிறேன். என் பேச்சை மீறி அந்த மாணவர்கள் உட்காரும் இடத்திற்குச் சென்று அவர்களுடன் சரி சமமாக ஏன் உட்காருகிறாய்?" என்று மிரட்டினார்.

அப்போதுதான், தன் அண்ணன் அடிபட்டதற்கான காரணம் பீமாராவிற்குப் புரிந்தது. அந்தக் காட்சி, அவன் மனதை

விட்டு விலகவே இல்லை. அன்று முதல் பள்ளியில் ஓர் இயந்திரம் போல் நடந்துகொண்டான். உள்ளத்தில் மகிழ்ச்சி இல்லை. உற்சாகம் இல்லை, முகத்தில் மலர்ச்சி இல்லை, விளையாட்டில் ஆர்வம் இல்லை, இரவும் பகலும் இந்தக் கொடுமைகளை எப்படிப் போக்குவது என்ற சிந்தனை அனலாக எரிந்துகொண்டிருந்தது. அந்த நிகழ்ச்சி நீங்காத வடுவாகிவிட்டது. பள்ளியில் ஒரு மூலையில் ஒதுங்கி உட்கார்ந்து, சிந்தனையில் ஆழ்ந்தான்.

பின்னாளில், கல்லூரிப் பருவத்திலும் அந்தச் சாதிக் கொடுமைகளை பீமாராவ் சந்தித்தார். சதாரா மாவட்டத்தில் உயர்நிலைப்பள்ளியில் தன் அண்ணன் ஆனந்தராவுடன் பயின்றார். அந்தக் காலகட்டத்தில் கோடை விடுமுறையின் போது தன் தந்தை வேலை பார்க்கும் கோர்கான் என்ற இடத்திற்குச் சகோதரர்கள் இருவரும் சென்றனர். பாதி வழி இரயிலில் கடந்தது. மீதி வழியைக் கடக்க மாட்டுவண்டியை வாடகைக்கு அமர்த்திக்கொண்டு கோர்கான் நோக்கி சென்று கொண்டிருந்தார்கள். வண்டியில் சென்றுகொண்டிருந்த பொழுது வண்டிக்காரன் அவர்களைப் பற்றியும் தந்தை பெயர் பற்றியும் விசாரித்தான். இவர்கள் பதில் சொன்னதுதான் தாமதம், வண்டிக்காரன் வண்டியிலிருந்து தான் குதித்து விட்டதோடு, வண்டியையும் சாய்த்து சகோதரர்கள் இருவரையும் கீழே தள்ளிவிட்டான்.

பீமாராவும் ஆனந்தராவும் சாலையில் உருண்டனர். ஒன்றுமே புரியாமல் வண்டிக்காரனிடம், "ஏன் இப்படி செய்தீர்கள்" என்று வினவினர். அவன், "நீங்கள் தாழ்ந்த இனத்தைச் சேர்ந்த மகார் சாதியினர்தானே, என்ன தைரியம் இருந்தால் என் வண்டியில் ஏறுவீர்கள்?" என்று சத்தம் போட ஆரம்பித்துவிட்டான். பயந்து நடுங்கிவிட்ட இருவரும் பின்னர்

அவனிடம் நயமாகப் பேசி இரண்டு மடங்கு வண்டிக்கூலி தருவதாகக் கூறினர். ஒத்துக்கொண்ட அவன், "நான் வண்டியை ஓட்டமாட்டேன். நீங்களே ஓட்டிச் செல்லுங்கள். நான் நடந்தே வருகிறேன் என்றான்". இருவரும் ஒத்துக் கொள்ள, ஆனந்தராவ் வண்டியோட்ட, பீமாராவ் வண்டியில் அமர்ந்து சென்றார். வழியில் தண்ணீர்த் தாகம் எடுத்தது. வழியில் ஒரு வீட்டில் கூட தண்ணீர் தர மறுத்துவிட்டார்கள். இந்தச் சம்பவம்தான் அம்பேத்கர் மனதில் "மனிதனை மனிதனாக நேசிக்க வேண்டும்" என்ற இலட்சிய வெறியை உருவாக்கியது.

★ ★ ★

4. மனிதநேயம் மிகுந்த ஆசிரியர்

மனிதர்களில் நல்லவர்களும் உண்டு, கெட்டவர்களும் உண்டு. அதேபோல் சதாரா கிராமப் பள்ளியில் இருவகை ஆசிரியர்களும் இருந்தார்கள். மனிதநேயம் மிக்க ஓர் ஆசிரியர் பீமாராவின் மன வேதனையை அவருடைய முகக் குறிப்பால் புரிந்து கொண்டார். அந்த மாணவன் யாருடனும் பழகாமல் இருப்ப-தற்குக் காரணம் என்ன? என்று தீவிரமாக யோசனை செய்தார்.

அந்த மாணவன் அருகில் சென்று அவன் கைகளைப் பிடித்தார் அந்த ஆசிரியர். அதிர்ந்துபோன பீமாராவ், 'நம்மை என்ன செய்யப் போகிறாரோ? என்ன தண்டனை கொடுக்கப் போகிறாரோ?' என்று அஞ்சி நடுங்கினான். மேலும் "நான் மேல் சாதி மாணவர்களைத் தொடவும் இல்லை, அவர்கள் பக்கம் செல்லவும் இல்லை, தனியாகப் பள்ளியில் ஓர் ஓரமாக உட்கார்ந்திருக்கிறேன், பின் எதற்காக ஆசிரியர் தன்னைத் தண்டிக்கப் போகிறார்" என்று எண்ணி, அவன் உடம்பெல்லாம் வியர்த்து நடுங்கியது. கண்கள் கலங்கின.

ஆசிரியர் அவன் முகத்தை அன்போடு பார்த்தார். அவனை நேயமுடன் தழுவிக்கொண்டு, "உன் பெயர் என்ன? ஏன் சோகமாக இருக்கிறாய்?" என்று வினவினார்.

பீமாராவ் குரல் நடுங்க "என் பெயர் பீமாராவ் ராம்ஜி" என்று கூறினான். அவரை அணைத்தபடி ஆசிரியர், "ஏன் அழுகிறாய்? உன்னை யாராவது அடித்தார்களா?" என்று

கேட்டார்.

"இல்லை" என்று கூறுவது போல், பீமாராவ் தலையாட்டினான். பயத்தில் உடல் நடுங்கியது.

"பீமாராவ் நீ அழக்கூடாது. உனக்கு என்ன வேண்டும்? சொல். நான் செய்கிறேன்" என்று மிகுந்த பரிவோடு ஆசிரியர் கூறினார்.

தன் மனதில் வேதனையை அடக்கிக்கொண்டு அமைதியாக இருந்தான் பீமாராவ்.

"பீமாராவ் நீ என்ன யோசிக்கிறாய்? உனக்கு என்ன வேண்டுமோ கேள்…. பயமின்றி மனம் திறந்து பேசு" என்றபடி மாணவனின் முதுகைத் தடவிக் கொடுத்தார். ஆசிரியரின் அன்பும் பரிவும் பீமாராவுக்குத் தைரியத்தைக் கொடுத்தது.

பீமாராவின் பார்வை வகுப்பாசிரியர் பக்கம் சென்றது. உடனே இந்த ஆசிரியர் நடந்தது என்ன என்று புரிந்து கொண்டார். ஆசிரியர் "பீமாராவ் நீ திறமையான மாணவன். எதிர்காலத்தில் சிறந்த மேதாவி ஆகப் போகிறாய். அதற்கு நீ உன் உழைப்பைப் பயன்படுத்த வேண்டும். யார் என்ன சொன்னாலும் சரி, என்ன செய்தாலும் சரி, அதற்காக நீ கவலையே படக்கூடாது" என்று கூறினார்.

ஆசிரியரின் இந்த அறிவுரை பீமாராவின் மனதில் ஒரு புத்துணர்ச்சியை ஏற்படுத்தியது. மனதில் ஊக்கம் ஏற்பட்டது. மேலும் அந்த ஆசிரியர், "நீ நன்றாகப் படித்து அறிவாளியானால் இன்று அனுபவிக்கும் சிறுமைகளை ஒழிக்கப் பாடுபடலாம். அதனால் கல்வி மீதுள்ள ஆர்வத்தை ஒருபோதும் குறைத்துக் கொள்ளாதே! நன்றாகப் படி, தினமும் படி, எப்பொழுதும் படி. இதையே நீ உன் இலட்சியமாகக் கொண்டால், நீ நினைக்கும் சமுதாய மாற்றத்தை நிச்சயம் எட்டிவிடலாம்" என்று கூறினார்.

ஆசிரியரின் அறிவு மொழியைக் கேட்ட பீமாராவ் முகம் மலர்ந்தது. அன்றுதான் பீமாராவின் வாழ்வின் பொன்னான நாளாகத் தோன்றியது. நடுக்கடலில் திசைமாறித் தத்தளித்துக் கொண்டிருந்தவனுக்குக் கரை சேருவதற்கு ஒரு கலம் கிடைத்தது போல், எல்லையற்ற மகிழ்ச்சியடைந்தான் பீமாராவ். ஆசிரியர் முகத்தைப் பார்த்து ஆனந்தக் கண்ணீர் விட்டான்.

ஒவ்வொரு நாளும் அந்த ஆசிரியர் பீமாராவின் அருகில் வருவார். அவனிடம் மிகவும் கலகலப்பாகப் பேசுவார். பாடம் சம்பந்தமாக சந்தேகங்களைத் தீர்த்து வினா-விடைகளை கற்றுத் தருவார்.

ஒருநாள் மதிய இடைவேளை நேரம். மாணவர்கள் சாதி வாரியாகப் பிரிந்து உட்கார்ந்து சாப்பிட்டுக்கொண்டிருந்தனர். அந்த ஆசிரியர் பீமாராவை தேடிக்கொண்டு வந்தார். பீமாராவின் இலையில் அவர் உணவு வைப்பது கண்டு பரபரப்புடன், நிமிர்ந்து பார்த்தான். திகைப்புடன் "ஐயா" என்றான்.

"சாப்பிடு" என்று கூறித் தட்டிக் கொடுத்தார். பீமாராவ் அவரை உற்றுப் பார்த்தான். அவரது தோற்றம் மூலம் அவர் ஓர் அந்தணர் என்பதைப் புரிந்துகொண்டான். இவர் தன் மீது இவ்வளவு பாசம் கொட்டுவது ஏன் என்று புரியாமல் வியந்தான்.

அப்போது ஆசிரியர் "பீமாராவ் தாழ்ந்த குலத்தில் பிறந்த மாணவர்களின் அருகில் எந்த ஆசிரியரும் வருவதில்லை. அவர்களோடு பேசுவதில்லை. இவர் மட்டும் இப்படிப் பழகுகிறாரே என்றுதானே நினைக்கிறாய்? எனக்கு சாதி, மதம், உயர்ந்தவன், தாழ்ந்தவன் என்ற பாகுபாடெல்லாம் கிடையாது. எனக்கு எல்லோருமே சமம்தான். இப்பள்ளியில் படிக்கும் மாணவர்களில் உயர் சாதியினருக்கு ஒரு கல்வி, தாழ்ந்த சாதிக்காரனுக்கு ஒரு கல்வி என்பது கிடையாது. கல்வி எல்லோருக்கும் பொது. அது போலக் கல்வியைக் கற்பிக்கின்ற

ஆசிரியர்களும் எல்லா மாணவர்களுக்கும் பொதுவானவர்கள்" என்று கூறினார்.

நெகிழ்ந்து போன பீமாராவ், ஐயா! உயர் சாதியில் பிறந்த தாங்கள் என் போன்ற இழிந்த, கீழ்ச்சாதியில் பிறந்த மாணவரிடம் அன்பு காட்டுகிறீர்கள். இது பாவம் என்று சிலர் கூறுகின்றனரே? என்று வினவினான்.

அதற்கு அந்த உத்தம ஆசிரியர், 'பிறப்பில் எவ்வித சாதியும் இல்லை. அனைவரும் மனிதராகப் பிறக்கிறோம். இதில் வேற்றுமை கிடையாது. உயர்ந்தவர் என்று எவருமே இல்லை. இந்திய நாட்டில் சாதிக் கொடுமைகள் தலைவிரித்தாடுகிறது. உன் போன்ற இளைஞர்கள் படித்து அறிஞர்களாக வந்ததும் சாதி நச்சை வேரோடு அழிக்கப் பாடுபட வேண்டும்" என்று கூறினார்.

ஆசிரியர் சொன்ன ஒவ்வொரு கருத்தும் பீமாராவ் மனதில் பசுமரத்தாணி போல் பதிந்தது. அவரைத் தன் வாழ்வின் ஒளி விளக்காக நினைத்தான். பீமாராவ் மீது ஆசிரியர் காட்டும் பாசத்தையும், பழக்கத்தையும் அறிந்த சிலர் ஆசிரியரைப் பழித்துப்பேசி, சாதி நீக்கம் செய்யவேண்டும் என்றனர். சிலர் அவரிடம் பகைமை பாராட்டினர். ஆசிரியரைப் பற்றி பலர் இழித்துப் பேசுவதைக் கேட்டு, பீமாராவ் மன வேதனை அடைந்து கண்ணீர் விட்டான்.

அந்த உத்தம ஆசிரியருக்கு நன்றிக் கடன் செலுத்தும் வகையில் தன் பெயருடன் அந்த ஆசிரியரின் பெயரான அம்பேத்கர் என்பதையும் சேர்த்துக்கொண்டான். அதன் பிறகு பீமாராவின் பெயர் அம்பேத்கர் என்றே ஆகிவிட்டது.

அம்பேத்கர் ஆகிவிட்ட பீமாராவ் படிப்பில் மிகவும் தீவிரம் காட்டினான். தான் முன்னேற கல்வியே அவசியம் என்பதை உணர்ந்தான். தான் பின்னாளில் ஆசிரியரானால் தன்னுடைய

குருவைப்போல் சாதி, சமய வேறுபாடுகளின்றி அனைவரையும் அன்புடன் நேசிக்க வேண்டும் என்று உறுதி எடுத்துக் கொண்டான். முதல் மாணவனாக அம்பேத்கர் தேறினான்.

பின்னாளில் மும்பையிலுள்ள மராத்தா பள்ளியில் பீமாராவ் படித்தபோது ஒரு நாள் அங்குள்ள ஆசிரியர் இவரை அழைத்து அவருடைய பெயருக்குரிய காரணத்தைக் கேட்டார். பீமாராவ் தன் சிறுவயதில் ஆசிரியர் அம்பேத்கர் செய்த உதவிகளை எடுத்துக் கூறினான். அந்த நன்றியுணர்வு காரணமாகத் தன் பெயருடன் அந்த உத்தம ஆசிரியரின் பெயரைச் சேர்த்துக் கொண்டதாகக் கூறினான். அதனைக் கேட்ட ஆசிரியர், அவரை நேசித்த ஆசிரியர் மீது அம்பேத்கர் கொண்டுள்ள பற்றை எண்ணி வியந்து பாராட்டினார். அன்று முதல் பீமாராவ் 'அம்பேத்கர்' என்றே அழைக்கப்பட்டார்.

5. குடும்பத்தினரின் தியாகங்கள்

பீமாராவ் அம்பேத்கர் கல்வியில் முன்னேற முயற்சி மேற்கொண்டபோது அவரது தந்தை மறுமணம் புரிந்து கொண்டார். அதனால் அம்பேத்கர் தன் படிப்பு பாதிக்கப்படும் என்று அஞ்சினார். சதாராவிலிருந்து மும்பைக்குச் சென்று விட நினைத்தார். அங்கு ஏதாவது வேலை பார்த்துக்கொண்டே படிப்பைத் தொடர முடிவு செய்தார். அதற்குப் பணம் தேவைப்பட்டது. தனது அத்தை வைத்திருந்த பணப்பையை எடுத்தார். அதில் அதிகப் பணம் இல்லாததால் எடுத்த பையை அத்தையிடம் கொடுத்தார். யாருக்கும் தெரியாமல் எடுத்ததற்காக அத்தையிடம் மன்னிப்புக் கேட்டார். தன் மகன் வீட்டை விட்டு வெளியேற நினைத்ததைக் கேள்விப்பட்டு இராம்ஜி மிகவும் மனவேதனை அடைந்தாலும் மகனின் படிப்பார்வம் கண்டு மகிழ்ந்தார். அவனது கல்விக்கு உதவிட உறுதிகொண்டார். மகனுக்குத் தானே ஆசிரியராக இருந்து பாடம் சொல்லிக் கொடுத்தார். அவருக்கு உறுதுணையாகச் சித்தியும் இருந்தார். அம்பேத்கரின் மாற்றாந்தாய் அவரிடம் பரிவுடன் நடந்துகொண்டதால் தந்தையாரிடம் கொண்டிருந்த வெறுப்பு குறைந்தது.

பீமாராவின் படிப்பு ஆர்வத்திற்கு ஏற்ற சூழ்நிலை சதாராவில் இல்லை. அதனால் தன் மகன் கல்விக்காக

மும்பையில் குடியேற இராம்ஜி முடிவு செய்தார். அங்கு சென்றால், தனது மகள்களின் ஒத்துழைப்பு கிடைக்கும் என்று கருதினார். மும்பையில் பள்ளி வசதிகளோடு படிக்க நூலக வசதிகளும் இருந்தன. பொருள் செலவின்றி படிக்க நூலகம் பெருந்துணை செய்தது. ஒரே அறை கொண்ட சிறிய வீட்டில் பீமாராவின் குடும்பம் தங்கியிருந்தது. இராம்ஜி சக்பாலின் ஓய்வூதியம் போதவில்லை. பீமாராவின் சகோதரிகள் புத்தகங்களை வாங்கிக் கொடுத்தனர். போதிய வருவாயின்றி குடும்பம் வறுமையின் பிடியில் சிக்குண்ட போதிலும் பீமாராவின் தந்தை பிள்ளைகளின் படிப்பில் மிகுந்த அக்கறை கொண்டார். பிள்ளைகளைக் கூலி வேலைக்கு அனுப்ப எண்ணாமல், படிக்க வைத்த அந்தத் தந்தையின் தியாக உணர்வை என்னென்பது. அவரின் தியாக உணர்வுதான் பீமாராவைத் தீவிரமாகப் படிக்க தூண்டியது.

இவ்வாறு கல்வியில் முன்னேறிக் கொண்டிருக்கும் வேளையில் வீட்டில் வறுமை வாட்டத் தொடங்கியது. தந்தை இராம்ஜி என்ன செய்வது என்று திகைத்தார். தந்தைக்கு உதவும் வகையிலும் தம்பியின் படிப்பு தடைபடக்கூடாது என்று கருதியதாலும் அம்பேத்கரின் அண்ணன் படிப்பைத் தியாகம் செய்துவிட்டு வேலையில் சேர்ந்தார். வீட்டில் சூழ்ந்த வறுமையை விரட்டினார். தந்தையும் அண்ணனும் கடுமையாக உழைத்தனர்.

அம்பேத்கர் மெட்ரிகுலேசன் தேர்வுக்குக் கடுமையாக உழைத்தார். அப்போது அவரை நோக்கி ஒரு சவால் வந்தது. தாழ்ந்த இனத்தைச் சேர்ந்த அம்பேத்கர் இந்தத் தேர்வில் வெற்றி பெற முடியாது என்று சில ஆசிரியர்களே

நினைத்தனர். 1907-ஆம் ஆண்டு மெட்ரிகுலேசன் தேர்வு முடிவுகள் வெளிவந்தன. அதைக் கண்ணுற்றவர்கள் வியப்பில் ஆழ்ந்தனர்.

மும்பை மாநிலத்திலேயே முதல் மாணவராக மகார் இனத்தைச் சேர்ந்த அம்பேத்கர் தேர்ச்சி பெற்றிருந்தார். 'அந்த மாணவன் யார்?' என்ற கேள்வி அனைவர் மனதிலும் வியப்புடன் எழுந்தது. அறிவும் ஆற்றலும் இருந்தால், கல்வியில் எவர் வேண்டுமானாலும் சிறப்படையலாம் என்பதை அம்பேத்கர் நிரூபித்துக் காட்டிவிட்டதாக அனைவரும் கூறிப் பெருமைப்பட்டனர்.

அம்பேத்கர் மெட்ரிகுலேசன் தேர்வுக்குப் படிக்கும்போது தனி அறை இல்லை. அவர் ஒரு பூங்காவிற்குச் சென்று படிப்பார். அவர் தினமும் ஆர்வத்துடன் வந்து தனியாக அமர்ந்து படிப்பதை அந்தப் பூங்காவிற்கு வந்து செல்லும் கிருஷ்ணாஜி என்ற அறிஞர் கவனித்து வந்தார். 'கல்வியில் இவ்வளவு ஆர்வமுடைய இந்தச் சிறுவன் யார்?' என்று சிந்தித்தார்.

ஒரு நாள் அம்பேத்கர் அங்கு அமர்ந்து படித்துக் கொண்டு இருப்பதைக் கண்ட அறிஞர் அருகில் வந்தார். அவர் மிகுந்த ஆர்வத்துடன் அம்பேத்கர் பற்றிய விவரங்களைக் கேட்டறிந்தார். அந்த அறிஞரான கிருஷ்ணாஜி மும்பையில் சாதிக் கொடுமை-களை எதிர்த்துப் போராடும் ஒரு சமூக சீர்திருத்தவாதி. அம்பேத்கர் கல்வியில் காட்டும் ஆர்வம் அவர் நெஞ்சைத் தொட்டது. கல்வியில் மிகுந்த ஈடுபாடுடைய இந்த இளைஞனை ஓர் உயர்ந்த நிலைக்குக் கொண்டுவர வேண்டும் என்று உறுதி கொண்டார்.

அம்பேத்கர் படிப்பதற்குத் தேவையான அனைத்து உதவி-களையும் செய்தார். அவர் அளித்த ஊக்கமே மாநிலத்திலேயே முதல் மாணவராக அம்பேத்கரை உயர்த்தியது எனலாம்.

மிகுந்த மகிழ்ச்சியடைந்த கிருஷ்ணாஜி, அம்பேத்கருக்கு ஒரு பாராட்டு விழா நடத்த ஏற்பாடு செய்தார். விழாவில் பல அறிஞர்கள் கலந்துகொண்டு அம்பேத்கரை வாழ்த்திப் பேசினர். அந்தச் சிறப்பு மகார் இனமக்களைத் தட்டி எழுப்பியது. அவர்கள் தங்கள் பிள்ளைகளையும் படிக்க வைக்க வேண்டும் என்ற ஆர்வத்தை அவர்களுக்கு ஏற்படுத்தியது. கிருஷ்ணாஜி அம்பேத்கரை பாராட்டிவிட்டு, மகான் புத்தரின் படத்தை வழங்கினார். பின்னாளில் அம்பேத்கர் புத்தமதத்தைத் தழுவுவதற்கு ஓர் அடையாளமாக அது அமைந்தது.

6. உயர்நிலைக்கல்வி

அம்பேத்கருக்குப் பதினேழு வயதாகும்போது இராம்ஜி அவருக்குத் திருமணம் செய்துவைக்க விரும்பினார். இராமாபாய் என்ற பெண்ணைத் தேர்வு செய்து மணமுடித்து வைத்தார். "திருமணமே வேண்டாம் நான் மேலே படிக்க வேண்டும்" என்று சொன்ன அம்பேத்கருக்குத் திருமணம் செய்துவைத்த தந்தை இராம்ஜி 'தன் மகன் படிப்பு இதனால் பாதிக்கக் கூடாது' என்று நினைத்தார். அண்ணனும் அதனை ஆதரித்தார்.

தந்தையும் அண்ணனும் கடுமையாக உழைத்து அம்பேத்கரைப் படிக்க வைத்தனர். அவர்கள் தந்த ஊக்கத்தால் எல்பின்ஸ்டன் கல்லூரியில் இண்டர்மீடியட் படித்தார். அப்போது அவருக்கு உடல்நலம் சரியில்லாமல் போய்விட்டது. காய்ச்சலில் அவதியுற்றார். டாக்டர் யோசனைப்படி கண்விழித்துப் படிப்பதை நிறுத்தினார். அதனால் இண்டர்மீடியட் தேர்வில் வெற்றி பெற இயலவில்லை.

தன் மகன் தேர்வில் வெற்றி பெறவில்லை என்பதற்காக இராம்ஜி கவலைப்படவில்லை. தொடர்ந்து படிக்குமாறு ஊக்கப் படுத்தினார். அம்பேத்கர் பழைய உற்சாக நிலையை அடைந்தார். இண்டர்மீடியட் தேர்வில் வெற்றி பெற்றார். அத்துடன் படிப்பை நிறுத்தாமல் மேலும் படிக்குமாறு தந்தை இராம்ஜி தெரிவித்தார். ஆனால் மேற்படிப்புக்குச் செலவு அதிகம் ஆகுமே, பணத்திற்கு என்ன செய்வது என்று தந்தை யோசித்தார்.

அந்தச் சமயத்தில், அம்பேத்கர் படிப்பதற்கு உதவி செய்ய அறிஞர் கிருஷ்ணாஜி முன்வந்தார். அவரைப் போலவே, அம்பேத்கரின் அறிவாற்றலைக் கேள்விப்பட்ட பரோடா மன்னர் சாயாஜியும் உதவ முன்வந்தார். பரோடா மன்னர் சாயாஜி பரோபகார எண்ணம் உடைய ஈகையாளர். சாதிகளை ஒழிக்க வேண்டும் என்பதில் தீவிரமானவர். மக்களிடம் சமத்துவம், சகோதரத்துவம் தழைக்க வேண்டும் என்ற சீர்திருத்தச் சிந்தனையாளர். அறிஞர் கிருஷ்ணாஜி பரோடா மன்னரின் முற்போக்குச் சிந்தனையை நன்கு அறிவார்.

ஒரு முறை மன்னர் சாயாஜி ஒரு பொதுக்கூட்டத்தில் பேசும்போது தாழ்த்தப்பட்ட மக்களின் அறிவுக் கண்ணைத் திறக்கவேண்டும். அம்மக்களில் யாரேனும் படிக்க முன் வந்தால், அவர்களின் கல்விச் செலவைத் தான் ஏற்பதாகத் தெரிவித்தார். இது கிருஷ்ணாஜியின் நினைவுக்கு வந்தது. அம்பேத்கர் படிப்புக்காக சாயாஜி மன்னரிடம் உதவி கேட்டுக் கடிதம் எழுதினார்.

உடனே மன்னர் அக்கடிதத்தைப் படித்துவிட்டு 'தன் இலட்சியக் கனவிற்கு இந்த மாணவன் வழிகாட்டியாக அமைவான்' என்று நினைத்தார். மாணவன் அம்பேத்கரைத் தான் பார்க்க விரும்புவதாகக் கிருஷ்ணாஜிக்குக் கடிதம் எழுதினார். கடிதத்தைக் கண்ட மகிழ்ச்சியுடன் கிருஷ்ணாஜி அம்பேத்கரை பரோடா மன்னர் அரண்மனைக்கு அழைத்துச் சென்றார். மன்னர் சாயாஜி அம்பேத்கரிடம் பல கேள்விகளைக் கேட்டார். அவர் கேட்ட கேள்விகளுக்குத் தயக்கமின்றித் தெளிவாகப் பதில் அளித்தார் அம்பேத்கர். அவரது பதில்கள் மன்னர் மனதை மிகவும் கவர்ந்தன. அவர் அம்பேத்கரை அருகில் அழைத்தார். "அம்பேத்கர் நீ எதிர்காலத்தில் சிறந்த அறிஞராக விளங்குவாய். உன்னுடைய அறிவும் ஆற்றலும்

தாழ்த்தப்பட்ட சமுதாயத்தின் மேன்மைக்குப் பயன்படட்டும். அவர்களின் நல்வாழ்விற்கு உழைக்கும் தொண்டனாகப் பாடுபடுவாய், அறிவு மேதைகளில் ஒருவராகத் திகழ்வாய்'' என்று வாழ்த்தினார்.

அம்பேத்கர் படிப்பிற்கு ஆகும் செலவில் ஒரு பகுதியைக் கொடுக்குமாறு அரண்மனை காசாளருக்கு ஆணையிட்டார். அத்தொகையைப் பெற்ற அம்பேத்கர் மேற்படிப்பைத் தொடர்ந்தார். என்பின்ஸ்டன் கல்லூரியில் ஆசிரியராக இருந்த முல்லா, அம்பேத்கர் மீது பற்றும் பாசமும் கொண்டிருந்தார். அவர் அவ்வப்போது உதவி செய்வார். அவர் கொடுத்த ஊக்கமே பி.ஏ.தேர்வில் அம்பேத்கர் வெற்றி பெறக் காரணமாக இருந்தது.

1913-ஆம் ஆண்டு பி.ஏ தேர்வு எழுதிய அம்பேத்கர் மும்பை மாநிலத்திலேயே முதல் மாணவராகத் தேர்ச்சி பெற்றார். அதைக் கேள்வியுற்ற கிருஷ்ணாஜி அளவற்ற மகிழ்ச்சி அடைந்தார். எந்தச் சாதி மாணவனுக்கும் வாய்ப்பும் வசதியும் ஏற்படுத்தித் தந்தால் அவன் அறிவு பெற்றுத் திகழ்வான் என்ற தன் கருத்திற்கு அம்பேத்கர் ஓர் எடுத்துக்காட்டு என்று கருதினார்.

சாதி, தீண்டாமை ஆகிய நோய்கள் பெருநகரமாம் மும்பையிலும் இருந்தது. அம்பேத்கர் கல்வி கற்பது கண்டு, ''படிப்பே வராத சாதிக்காரனுக்கு படிப்பா'' என்றும் மட்டம் தட்டினர். அம்பேத்கரை அலட்சியமாகப் பார்த்தார்கள். அம்பேத்கர் கல்லூரியில் சமஸ்கிருத மொழியை விருப்பப் பாடமாக கற்க விரும்பினார். பழைமையும் பெருமையும் வாய்ந்த இந்து மதத்தையும் வேதங்கள் கூறும் கருத்துகளையும் அலசி ஆராயவே சமஸ்கிருதம் பயில விரும்பினார்.

சமஸ்கிருத மொழி தேவமொழி என்று கூறுகின்ற ஆரியர்கள் திருமணம், கரும காரியம், திருவிழாக் காலங்களில்

ஓதக்கூடிய மந்திரங்களின் பொருள்களை பாமர மக்கள் அறிந்து கொள்ளக்கூடாது என்பதால் பிறரை சமஸ்கிருதம் கற்க அனுமதிப்பதில்லை. சாதிவெறியின் கொடுமையால் அம்பேத்கருக்கு சமஸ்கிருதப் படிப்பு மறுக்கப்பட்டது. அதனால் துவண்டு விடாத அவர் பாரசீக மொழியை எடுத்துப் படித்து , அம்மொழியில் முதலாவதாக வந்து தன் திறமையை வெளிப் படுத்தினார்.

சமஸ்கிருதத்தை பள்ளியில் படிக்க முடியாமல் போனாலும், பிற்காலத்தில் சுயமாகவே சமஸ்கிருதத்தைக் கற்று, அம்மொழியில் பெரும் புலமை பெற்றார். இந்து மதத்தின் அநியாயப் போக்குகளைத் தோலுரித்துக் காட்டினார்.

தாழ்த்தப்பட்டவன் கல்வி கற்கக்கூடாது. படிப்பதை காதால் கேட்கவும் கூடாது என்றிருந்த காலகட்டம் அது. பிற்படுத்தப்பட்டவர்கள் சாதிக் கொடுமையாலும் பொருளாதார நிலைமையாலும் தாழ்ந்து கிடந்த காலகட்டம் அது. அந்தக் கால கட்டத்தில் மும்பை மாநிலத்திலேயே முதல் மாணவராகத் தேர்ச்சி பெற்ற அம்பேத்கருக்கு ஒரு பாராட்டு விழா எடுக்கத் தீர்மானம் செய்யப்பட்டது.

மகாராஷ்டிர சமூக சீர்திருத்தவாதியும் தாழ்த்தப்பட்ட சமுதாயத்தின் மீது அக்கறையும் கொண்டவருமான எஸ்.கே.போல் தலைமை தாங்கினார். சமுதாய சீர்திருத்த வாதியும் மராட்டிய பண்டிதருமான கிருஷ்ணாஜி முன்னிலை வகித்தார்.

அம்பேத்கரை மனந்திறந்து பாராட்டினார்கள். படிப்பினால் தனக்குக் கிடைத்த பெருமையை எண்ணி உற்சாகமும் உத்வேகமும் பெற்றார் அம்பேத்கர். இந்நிகழ்ச்சி அச்சமுதாய மக்களிடம் ஒரு விழிப்புணர்வைத் தூண்டி, தங்கள் பிள்ளைகளையும் படிக்க அனுப்பினார்கள்.

★★★

7. வெளிநாடுகளில் அம்பேத்கரின் கல்வி

அம்பேத்கர் பி.ஏ. படிப்பு முடிந்ததும் குடும்பத்திற்கு வருவாய் தேட வேண்டும் என்று நினைத்தார். ஏதாவது ஒரு வேலையில் சேர்ந்து வீட்டிற்கு உதவ வேண்டும் என்று விரும்பினார். தன்னை ஆதரித்த பரோடா மன்னருக்கு வேலை கேட்டு விண்ணப்பித்தார்.

உடனே பரோடா மன்னர் தன் அரண்மனையில் ஒரு வேலை காலியாக இருப்பதாகவும் உடனே பரோடாவிற்கு வந்து தன்னைச் சந்திக்கும்படியும் அம்பேத்கருக்கு ஒரு கடிதம் எழுதினார். உடனே பரோடாவிற்குப் புறப்பட்டுச் சென்றார். அங்கு அரண்மனையில் லெப்டினென்ட் பதவிக்கு ஆளில்லாமல் இருந்தது. அந்தப் பதவியை அம்பேத்கருக்குக் கொடுத்தார்.

அதனை ஏற்றுக்கொண்டு மகிழ்ச்சியுடன் மும்பை வந்தார். வீட்டில் வேலை கிடைத்த செய்தியைக் கூறினார். அனைவரும் மகிழ்ச்சியடைந்தனர். இதுவரை உயர் சாதியினரே வகித்து வந்த பதவி ஒரு தாழ்ந்த சாதியைச் சேர்ந்த இளைஞருக்குக் கிடைத்திருக்கிறது. அப்பதவியை வகிக்கும் முதல் மகார் இன மகன் அம்பேத்கர் என்ற பெருமையைப் பெற்றார்.

பதவியேற்ற அன்றே அரண்மனையில் சாதிப் பிரச்சினை ஆரம்பமாகி விட்டது. உயர் சாதியினர் அவருக்குக் கீழ்ப்படிய மறுத்தனர். அவருடைய சாதி பற்றி அறிந்த உயர் சாதியினர் ஒன்றுகூடி அவரை விரட்ட திட்டம் தீட்டினர். பலவாறு பழிச் சொற்களை வீசினர். அவர்கள் மத்தியில் ஒரு நாளைக் கடத்துவது ஒரு யுகம் போல் ஆனது.

இவ்வாறு பரோடா அரண்மனையில் அமைதி இழந்து பணியாற்றிக்கொண்டிருந்தபோது, மும்பையில் உள்ள தந்தையின் உடல்நிலை மோசமாக இருப்பதாகத் தந்தி வந்தது. உடனே மும்பைக்கு விரைந்தார். தந்தை உயிருக்குப் போராடிக் கொண்டிருப்பதைக் கண்டு அளவற்ற வேதனை அடைந்தார். அவர் அருகில் அமர்ந்தார்.

தனக்குக் கல்விக்கண் திறந்த தந்தையின் உயிர் பிரியப் போகிறது என்பதை உணர்ந்து கண்ணீர் விட்டார். 1919-ஆம் ஆண்டில் இராம்ஜி உலக வாழ்வைத் துறந்தார். மீளாத்துயரில் மூழ்கிய அம்பேத்கர் பரோடா மன்னரின் அரண்மனை வேலையைத் துறந்தார். வேலையை விட்டதும், பணப்பிரச்சினை ஏற்பட்டது. குடும்பம் வறுமையில் வாடியது. இருப்பினும், மேலும் கல்வி கற்கும் ஆர்வம் அவரை விடவே இல்லை.

மும்பையிலும் சாதி வெறி உச்சகட்டமாக இருந்தது. தாழ்த்தப்பட்ட மக்கள் முன்னேறுவதை மேல் சாதியினர் முற்றிலும் விரும்பவில்லை. அதைத் தடுக்கவும் தயராக இருந்தனர். அதனால் அம்பேத்கருக்கு மும்பையில் வேலை கிடைப்பதும் தடைப்பட்டது. எங்குச் சென்றாலும் கீழ்ச்சாதி என்று கூறி விரட்டப்பட்டார்.

மும்பையில் அம்பேத்கர் துன்பப்பட்டுக்கொண்டிருக்கும் போது பரோடா மன்னர் சாயாஜி மும்பை வந்தார். அதனைக் கேள்விப்பட்ட அம்பேத்கர், மன்னரைச் சந்தித்து லெப்டினென்ட் வேலையில் தனக்கேற்பட்ட இழிநிலையை விளக்கிக் கூறினார். அதைக் கேட்டு மன்னர் மிகவும் வேதனை அடைந்தார். அவர், ''அம்பேத்கர் ! இந்துக்கள் சாதிவெறி, மூடநம்பிக்கை களிலிருந்து என்று விடுபடுகிறார்களோ அன்றுதான் இந்த நாடு உருப்படும். அதற்காக உன்னைப் போன்றோர் பாடுபட வேண்டும்'' என்றார்.

மன்னர் பேச்சு அம்பேத்கருக்கு வெந்த புண்ணில் மருந்திட்டது போல் இதமாக இருந்தது. மன்னர் மீண்டும்

அம்பேத்கரைப் பார்த்து, "உன்னிடம் படிப்பும் ஆற்றலும், அறிவும் இருக்கிறது. உனக்கு விருப்பம் என்றால் உன்னை மேற்படிப்பிற்கு என் செலவில் அமெரிக்கா அனுப்புகிறேன்" என்று கூறினார்.

அம்பேத்கர் அதைக் கேட்டு ஆனந்த அதிர்ச்சி அடைந்தார். உடனே மன்னர், "ஏன் திகைத்து நிற்கிறாய்? அமெரிக்கா சென்று படிக்க உனக்கு விருப்பம்தானே"? என்று மீண்டும் கேட்டார்.

சரி என்று தலையாட்டினார் அம்பேத்கர். அவரிடம் ஒரு விண்ணப்பம் எழுதி வாங்கிக்கொண்டார்.

"நீ என் நிபந்தனைகளுக்குக் கட்டுப்பட வேண்டும்" என்றார் மன்னர். அம்பேத்கர் திகைத்தார்.

"பயப்படாதே! அமெரிக்காவில் நீ படித்துவிட்டு வந்ததும், என் அரண்மனையில் பத்தாண்டுக் காலம் பணியாற்ற வேண்டும். அதுதான் நிபந்தனை" என்றார் மன்னர்.

மிகுந்த மகிழ்ச்சியுடன் மன்னர் சொன்ன நிபந்தனையை ஏற்று ஒப்பந்தத்தில் அம்பேத்கர் கையெழுத்திட்டார்.

மன்னர், அம்பேத்கர் அமெரிக்கா செல்வதற்கான எல்லா ஏற்பாடுகளையும் செய்து முடித்தார். 1913-ஆம் ஆண்டு ஜூன் மாதம் 4-ஆம் நாள் அம்பேத்கர் இந்தியாவிலிருந்து கடல் கடந்து அமெரிக்கா சென்றார். இந்தியாவிலிருந்து மிகப் பெரிய செல்வந்தர் வீட்டுப் பிள்ளைகள் மட்டுமே வெளிநாடு சென்று படித்து வந்தனர். கீழ்ச் சாதியில் பிறந்த ஓர் ஏழை மாணவன் கடல் கடந்து படிக்கச் சென்ற பெருமை முதன்முதலில் அம்பேத்கரையே சாரும்.

ஒரு மாதப் பயணத்திற்குப் பிறகு, நியூயார்க் நகரை அம்பேத்கர் அடைந்தார். அந்நகரை முதன்முதல் அவர் பார்த்ததும் வியப்பில் ஆழ்ந்தார். மும்பையில் சேரிப்பகுதியில் வாழ்ந்த அவருக்கு வானளாவிய மாளிகைகளையும் கட்டடங்களையும் பார்த்தவுடன் ஆச்சரியமும் மகிழ்ச்சியும் ஏற்பட்டது.

கொலம்பியா பல்கலைக்கழகம் சான்றோர்கள் பலரை உலகிற்கு வழங்கியுள்ளது. அம்பேத்கர் அப்பல்கலைக்கழகத்தில் படிக்கவும், அங்குள்ள பல்கலைக்கழக விடுதியில் தங்கவும் ஏற்பாடு செய்யப்பட்டிருந்தது. அவர் அந்த விடுதியில் தங்கினார்.

அந்த விடுதியில் அவருக்கு உணவில் மாட்டிறைச்சி வைக்கப்பட்டது. இதை உண்ணும் மக்களைக் கீழ்ச்சாதி என்று இழிவுபடுத்துவதை எண்ணிப் பார்த்தார். அத்தகைய இறைச்சி உணவை இனி ஒருபோதும் கையாலும் தீண்டமாட்டேன் என்று உறுதி பூண்டார். அந்த உணவை எடுத்துச் செல்லுமாறு பணியாளரிடம் கூறிவிட்டார். அன்று முதல் அம்பேத்கர் தம் வாழ்நாளில் அசைவ உணவை உண்டதே இல்லை.

அங்குள்ள காஸ்மாபாலிடன் கிளப்பிற்கு அடிக்கடி செல்வார். அங்குப் பலரிடம் கலந்துரையாடினார். அங்கு வருபவர்கள் சாதி, மத வேறுபாடுகளே இல்லாமல் சகோதரர்கள் போல் பழகுவதைக் கண்டார். எல்லோரிடமும் சமத்துவ உணர்வு இருப்பதைத் தெரிந்துகொண்டார். பரோடாவிலும், இந்தியப் பள்ளிகளிலும் கிடைத்த தண்டனைகள் - அவமானங்கள் இங்கு கிடையாது என்பதை அறிந்து மனமகிழ்ச்சியடைந்தார்.

தாம் இந்தியா திரும்பும் போது ஒரு மேதையாகத் திரும்ப வேண்டும் என்று உறுதி கொண்டார். படிப்பில் மிகுந்த ஆர்வம் காட்டினார். இரவு பகல் என்று பாராமல் உழைத்தார். எப்போதும் புத்தகமும் கையுமாகக் காட்சியளித்தார். அங்குப் பயிலும் மாணவர்களில் அம்பேத்கர் மாறுபட்டவராகக் காட்சி அளித்தார். கல்வி, கடமை, செயலுடன் ஒன்றறக் கலந்தார். அவரது சிறந்த பண்புகளைக் கவனித்த கல்லூரிப் பேராசிரியர் சிட்னி வெஃப் அம்பேத்கர் மீது மிகுந்த அன்பு காட்டினார். பல வகையிலும் உதவி செய்தார்.

அப் பேராசிரியர் அம்பேத்கரை ஒரு மேதையாக ஆக்க வேண்டும் என்று நினைத்தார். அதற்கான வழிமுறைகளை

அம்பேத்கருக்கு வகுத்துத் தந்தார். அறிவு மேதை எட்வின் செலிக்மானிடம் செல்ல ஏற்பாடுகள் செய்தார். அம்பேத்கர் தனக்கு ஏற்படும் சந்தேகங்களைப் பேராசிரியர் எட்வின் செலிக்மானிடம் கேட்டுத் தெரிந்துகொண்டார். எட்வின் செலிக்மான் கொடுத்த ஊக்கத்தால் "பண்டைய இந்திய வணிகம்" என்னும் ஆய்வுக் கட்டுரையை இரண்டு ஆண்டுகளில் எழுதி முடித்தார்.

இவருடைய கட்டுரையின் சிறப்பையும், ஆய்வுப் பணியையும், அதற்கான விரிவுரைகளையும் படித்த கொலம்பியா பல்கலைக்கழகம் 1915-ஆம் ஆண்டில் அம்பேத்கருக்கு எம்.ஏ பட்டம் வழங்கியது. அவர் எம்.ஏ பட்டம் பெற்றதைத் தொடர்ந்து ஆராய்ச்சி செய்தார். 'இந்தியாவின் இனத்தோற்றமும் அதன் வளர்ச்சியும்' என்ற பொருள் பற்றி ஆராய்ந்தார். அப்பணியை 1916-ஆம் ஆண்டு முடித்தார். இந்த ஆய்வுக் கட்டுரையைப் படித்தவர்கள் அம்பேத்கரைப் பாராட்டியதோடு நேரில் வந்து வாழ்த்துகளைத் தெரிவித்தனர். இந்தப் பாராட்டுகளும் வாழ்த்துகளும் அம்பேத்கரை மேலும் ஆராய்ச்சியில் ஈடுபடுவதற்கு ஊக்கம் தந்தன. மேலும் தொடர்ந்து ஆராய்ச்சியில் ஈடுபட்டு, 'இந்தியத் தேசியப் பண்பாடு' குறித்து பல மாதங்கள் ஆராய்ச்சி செய்தார். இந்த ஆராய்ச்சிக் கட்டுரைகளை கொலம்பியா பல்கலைக்கழகம் மதிப்பீடு செய்து, அம்பேத்கருக்குத் தத்துவக்கலையில் 'டாக்டர்' பட்டம் வழங்கிச் சிறப்பித்தது.

அமெரிக்காவில் அம்பேத்கர் ஆராய்ச்சிப் படிப்புகளில் ஈடுபட்டிருந்தபோது மாணவர்கள் பலர் அவருடன் பழகினர். அவர்களில் முக்கியமானவர் நேவல் பதேனா என்ற இந்தியப் பார்சிக்காரர். அவர் அம்பேத்கரின் குடும்ப சூழ்நிலைகளைக் கேட்டுத் தெரிந்துகொண்டார். நேவல் பதேனா செல்வக் குடும்பத்தில் பிறந்தவர். ஈகைப்பண்பு நிறைந்தவர். அவர் அம்பேத்கரின் குடும்பச் சூழ்நிலையை உணர்ந்து அவருக்குத் தேவைப்பட்டதையெல்லாம் செய்து உதவி வந்தார்.

இவர் உதவியதன் காரணமாக, பரோடா மன்னர் அளித்து வந்த உதவித் தொகையில் மிச்சம் பிடித்துத் தன்னுடைய குடும்பத்திற்கு அனுப்பி வந்தார்.

பரோடா மன்னர் ஒப்பந்தப்படி படிப்பு முடிந்ததும் அம்பேத்கர் இந்தியாவிற்கு திரும்பி வர வேண்டும். ஆனால் அவர் மேலும் படிக்க விரும்பியதால் இலண்டனுக்குச் சென்றார். அங்கு பொருளாதாரம் மற்றும் அரசியல் கலைக் கல்லூரியில் சேர்ந்தார். அங்கு டி.எஸ்.சி என்னும் ஆய்வுப் பட்டத்தை பெற ஆய்வு செய்தார்.

★ ★ ★

8. மீண்டும் இந்தியா

அம்பேத்கர் அமெரிக்காவிலிருந்து இலண்டன் சென்ற செய்தி பரோடா மன்னர் சாயாஜிக்குத் தெரிவிக்கப்பட்டது. அவர் ஒப்பந்தப்படி அம்பேத்கர் இந்தியாவிற்குத் திரும்பி வரவேண்டும். அதனால் அவரை இலண்டனிலிருந்து திரும்பி வருமாறு செய்தி அனுப்பினார். அச்செய்தியை அறிந்ததும் இலண்டனில் தன் ஆய்வுப் படிப்பைப் பாதியில் நிறுத்திவிட்டு 1917-ஆம் ஆண்டு ஆகஸ்டு மாதம் 17-ஆம் நாள் இந்தியாவிற்கு வந்தார்.

அம்பேத்கருக்கு இந்தியாவில் வரவேற்பு ஏற்பாடுகள் செய்யப்பட்டிருந்தன. அதில் அம்பேத்கர் கலந்து கொள்ளவில்லை. நேரில் வந்தவர்களிடம் வாழ்த்துகளைப் பெற்றுக்கொண்டார். மும்பைக்கு வந்ததும் அம்பேத்கர் பரோடா மன்னரைப் பார்க்கச் சென்றார். மன்னர் சாயாஜி அம்பேத்கருக்கு இராணுவச் செயலர் பதவியைக் கொடுத்தார்.

அரண்மனையில் வேலை கிடைத்த போதும் தங்குவதற்கு இடம் கிடைப்பது பெரிய பிரச்சினையாக இருந்தது. அவருடைய சாதியைக் காரணம் காட்டி பலரும் வீடு தர மறுத்தனர். கடைசியில் பார்சிக்காரர்களுக்குச் சொந்தமான ஒரு சத்திரத்தில் தன் பெயரை மாற்றிக் கூறி இடம்பிடித்தார். அதையறிந்து கொண்ட அந்தத் தெருவாசிகள் அங்கு வந்து சண்டை போட்டு அவரை வெளியேற்றிவிட்டனர்.

தனது அவல நிலையை விளக்கி, அரண்மனையிலேயே தங்க ஏற்பாடு செய்யுமாறு மன்னருக்குக் கடிதம் எழுதிவிட்டு அம்பேத்கர் மும்பை புறப்பட்டுவிட்டார். பரோடா அரண்மனை வேலையை விட தன்மானம் முக்கியமென அவர் கருதினார். மன்னரும் அம்பேத்கருக்குத் தேவையான வசதிகளை செய்து தருமாறு திவானுக்கு உத்தரவிட்டார். சாதிவெறி பிடித்த திவான் அதனை செய்யத் தயாராக இல்லை.

மும்பை வந்த அம்பேத்கர் சீர்திருத்த அறிஞர் கிருஷ்ணாஜியைச் சந்தித்து பரோடாவில் நடந்த அவமானங்கள் பற்றிக் கூறினார். அம்பேத்கரை தேற்றிய கிருஷ்ணாஜி, பரோடாவில் பேராசிரியராக இருந்த தனது நண்பருக்குக் கடிதம் எழுதினார். பகுத்தறிவுச் சிந்தனையுடைய அந்தப் பேராசிரியர், அம்பேத்கர் தனது இல்லத்திலேயே தங்குவதற்கு இடமளிப்பதாகக் கூறி பதில் எழுதினார்.

அம்பேத்கர் மகிழ்வுடன் புறப்பட்டு பரோடா சென்றார். அங்கு இரயில் நிலையத்தில் தன்னை அழைத்துப் போக யாரையாவது பேராசிரியர் அனுப்பியிருப்பார் என்று எண்ணினார். அவர் நினைத்தது வீண் போகவில்லை.

பேராசிரியர் வீட்டு வேலைக்காரன் வந்திருந்தான். அவன் அம்பேத்கரிடம், "நீங்கள் வீட்டிற்கு வரவேண்டாம். பேராசிரியர் மனைவிக்கு இது பிடிக்கவில்லை. அப்படி நீங்கள் வீட்டிற்கு வந்தால், அவர்கள் வீட்டை விட்டு வெளியே போய் விடுவார்களாம்" என்று கூறினான். மனம் வருந்திய அம்பேத்கர் மீண்டும் அடுத்த இரயிலில் ஏறி மும்பை திரும்பினார்.

1917-ஆம் ஆண்டு நவம்பரில் அவரை அன்புடன் வளர்த்து ஆளாக்கிய அத்தை இறந்துவிட்டார். அவரது இழப்பைத் தாங்கிக்கொள்ள முடியாத அம்பேத்கர் துயர் தாங்காமல் துடித்தார்.

★ ★ ★

9. அம்பேத்கரின் மனப்போராட்டங்கள்

பரோடா அனுபவம் அவருக்கு மிகுந்த மனவேதனையை அளித்தது. அமெரிக்கா சென்றபோது தன்னால் எப்படி சுதந்திரமாக நடமாட முடிந்தது, அங்கு மனிதர்களை மதிக்கிறார்கள், தனது அறிவுக்கு எத்தகைய மரியாதை கிடைத்தது என்பதை எண்ணி எண்ணி அவர் கண்கள் குளமாயின. கிறிஸ்தவர்களும், முஸ்லீம்களும் சாதி வேறுபாடு பார்க்கவில்லையே! இந்துக்கள் மட்டும் ஏன் சாதி முறையைப் பின்பற்ற வேண்டும் என எண்ணி வேதனையில் துடித்தார்.

அந்தச் சமயம் கோலாப்பூர் இளவரசர் ஷாகு என்பவருடன் தொடர்பு ஏற்பட்டது. அந்த இளவரசர் முற்போக்குச் சிந்தனை உடையவர். அவர் சாதிய முறைகளை தகர்த்தெறிய எடுத்துக் கொண்ட முயற்சிகள் அம்பேத்கரைக் கவர்ந்தன. அதனால் அம்பேத்கர் அவருடன் நெருங்கிய தொடர்பினை ஏற்படுத்திக் கொண்டார். கோலாப்பூர் இளவரசர் தாழ்த்தப்பட்டவர்களுக்கு வேலை வாங்கித் தந்ததோடு கல்வி கற்கப் போதிய சலுகைகளையும் அளித்துவந்தார். விடுதிகள் அமைத்துக் கொடுத்தார். அவர்களுடன் சமபந்தி போஜனம் செய்தார்.

1918-ஆம் ஆண்டு தாழ்த்தப்பட்ட மக்களுக்குப் பிரதி நிதித்துவம் அளிக்க வேண்டும் என்ற கொள்கையை வற்புறுத்த காங்கிரஸ் மும்பையில் ஒரு மாநாட்டைக் கூட்டியது. அதற்கு தலைமை வகித்தவர் பரோடா மன்னர் சாயாஜிராவ் கெய்க்வாட்தான். திலகர், வல்லபாய்படேல், எம்.ஆர்.ஜெயகர்,

விபின் சந்திரபால் போன்ற பெருந்தலைவர்கள் அந்த மாநாட்டில் கலந்துகொண்டனர். அந்தத் தலைவர்கள் தீண்டாமையை ஒழிக்க வேண்டுமென மேடையில் பேசினார்கள்.

மாமேதை அம்பேத்கர், அம்மாநாட்டைக் குறித்து மிகவும் மனம் கசந்தார். "எந்தப் பரோடா மன்னர் சாதியை ஒழிக்க இந்த மாநாட்டில் தலைமை தாங்குகிறாரோ அவரது சமஸ்தானத்தின் நிலை என்ன? அங்கு நிலவுகின்ற சாதியக் கொடுமைகளை இவரால் தடுக்க முடிந்ததா? அவரது பேச்சைக் கேட்காத திவானை இவரால் வேலையை விட்டு நீக்க முடிந்ததா?" என்று எண்ணி அம்பேத்கர் வேதனையடைந்தார்.

வருமானம் ஏதுமின்றி தவித்த அம்பேத்கர் ஒரு வியாபாரிக்குக் கணக்கு எழுதிக் கொடுத்துவந்தார். அந்த வியாபாரியிடம் வியாபாரம் செய்து வந்த வணிகர்கள் அம்பேத்கரின் சாதியை எண்ணி அங்கு வர மறுத்துவிட்டனர். அதனால் அங்கிருந்து அம்பேத்கர் வெளியேறிவிட்டார்.

பெரு முயற்சிக்குப் பின் 1918-ஆம் ஆண்டு நவம்பரில் மும்பை அரசாங்க சைடன்ஹாம் கல்லூரியில் பொருளாதார பேராசிரியர் வேலை அவருக்குக் கிடைத்தது. அறிவும் திறமையும் உடைய அம்பேத்கர் மாணவர்களுக்குச் சிறப்பாகப் போதித்தார். அங்கிருந்த சாதி வெறி பிடித்த பேராசிரியர்கள் சிலர் அம்பேத்கரின் சாதிபற்றி பேசி மாணவர்களைத் தூண்டி விட்டனர். ஆனால் அம்பேத்கரின் அறிவாற்றலைப் புரிந்து கொண்ட மாணவர்கள் அவரிடம் விரும்பிப் பாடம் கற்றனர். பேராசிரியர் பதவியில் நல்ல வருமானம் வந்தாலும், இங்கிலாந்து சென்று சட்டப்படிப்பை பூர்த்தி செய்யவேண்டும் என்ற காரணத்தினால் சிக்கனமாகவே அம்பேத்கர் வாழ்ந்துவந்தார்.

கோலாப்பூர் இளவரசர் ஷாகுவின் உதவியுடன் 'மூக்நாக்' (ஊமையர்களின் தலைவர்) என்ற பத்திரிகையை அம்பேத்கர் ஆரம்பித்தார். உண்மையில் இவரது கருத்துகள் அந்தப்

பத்திரிகையில் வெளிவந்தாலும் அதன் ஆசிரியர் வேறு ஒருவரே. அம்பேத்கர் அரசுக் கல்லூரியில் பேராசிரியராக இருந்ததால் பத்திரிகை ஆசிரியர் பொறுப்பை ஏற்றுக்கொள்ள முடியவில்லை. சாதிக் கொடுமைகள் பற்றி வெளிப்படையாக அந்தப் பத்திரிகையில் எழுதப்பட்டன.

அம் மாநாடுகளில் தாழ்த்தப்பட்ட மக்களுக்குச் சாதி இந்துக்கள் என்று கூறிக்கொள்பவர்களால் இழைக்கப்படும் அநீதிகளை ஆதாரபூர்வமாக அம்பேத்கர் விளக்கினார். தாழ்த்தப்பட்ட மக்கள் யாருக்கும் தாழ்ந்தவர்கள் இல்லை என்று வீர முழக்கம் செய்தார்.

1920-ஆம் ஆண்டு மார்ச் மாதத்தில் கோல்காபூரில் தீண்டாமை ஒழிப்பு மாநாடு நடைபெற்றது. அந்த மாநாட்டில் பேசியவர்கள் "தாழ்த்தப்பட்ட மக்களுக்கு விடுதலை வாங்கித் தரும் மாவீரர்" என்று அம்பேத்கரைப் போற்றினர். அன்று முதல் அம்பேத்கர் என்ற மேதை தாழ்த்தப்பட்ட மக்களின் ஒப்பற்ற தலைவர் என்று நாடு அறிந்துகொண்டது.

அதே ஆண்டு மே மாதம் நாக்பூரில் நடைபெற்ற மாநாட்டில் 'தாழ்த்தப்பட்ட மக்கள் இந்தியாவில் எங்கே வசித்தாலும் அவர்கள் யாருக்கும் அடிமையில்லை. அவர்களின் உரிமையை யார் தர மறுத்தாலும், அவர்கள் பின் விளைவுகளைச் சந்தித்தே தீர வேண்டும்" என அம்பேத்கர் எச்சரிக்கை விடுத்தார். இந்த மாநாடுகளுக்குப் பின்னர் நாட்டு மக்களின் கவனம் அம்பேத்கரின் பக்கம் திரும்பியது.

★ ★ ★

10. மீண்டும் இங்கிலாந்து சென்ற அம்பேத்கர்

இவ்வாறு தாழ்த்தப்பட்ட மக்களுக்குத் தொண்டாற்றிக் கொண்டிருக்கும் காலகட்டத்தில் அவர் உள்ளத்தில் பதுங்கியிருந்த படிப்பார்வம் மீண்டும் கிளர்ந்து எழுந்தது. இலண்டனில் பாதியில் நிறுத்திய படிப்பைத் தொடர விரும்பினார். தன் எண்ணத்தை பதேனாவிடம் கூறினார். அவரும் உதவ முன்வந்தார். கோல்காபூர் மன்னரும் உதவ முன் வந்தார். இவர்களின் ஆதரவுடன் 1920-ஆம் ஆண்டு ஜூலை மாதம் அம்பேத்கர் இங்கிலாந்திற்குப் புறப்பட்டார்.

இங்கிலாந்து சென்ற அம்பேத்கர் பொருளாதாரக் கல்லூரியில் தம் படிப்பைத் தொடர்ந்தார். சட்டப்படிப்பையும் அதே நேரம் தொடர்ந்து பயின்றார். படிப்பு நேரம் போக மீதமிருந்த நேரத்தை வீணாக்காமல் நூல் நிலையத்தில் செலவிட்டார். லண்டன் மியூசியத்துடன் இணைந்துள்ள அந்த நூலகம் சென்னை கன்னிமரா

நூலகத்தை விடப் பெரியது. காலை 8 மணி முதல் இரவு 8 மணி வரை இயங்கும் அந்த நூலகத்தில் முதல் ஆளாக நுழையும் அம்பேத்கர், கடைசி ஆளாக அதுவும் நூலகப் பணியாளர் வந்து சொன்னவுடன்தான் வெளியே வருவார்.

மெய்வருத்தம் பாராமல் படித்த அம்பேத்கர் 1921-இல் "பிரிட்டிஷ் இந்தியாவில் மத்திய நிதியை மாநிலங்களுக்குப் பகிர்ந்தளித்தல்" என்ற ஆராய்ச்சிக் கட்டுரையை எழுதி எம்.எஸ்.சி பட்டம் பெற்றார். 1922-இல் "ரூபாயின் பங்கீடு" என்ற ஆராய்ச்சிக் கட்டுரையை எழுதி 'டாக்டர் ஆப் சைன்ஸ்' என்ற பட்டத்தைப் பெற்றார்.

பிரச்சினைகளுக்குரிய இந்த ஆராய்ச்சிக் கட்டுரைகளை லண்டனில் புகழ் வாய்ந்த பி.எஸ்.கிப்ஸ் ஆண்ட் சன்ஸ் என்ற பதிப்பகம் 1923-ஆம் ஆண்டு டிசம்பரில் நூலாக வெளியிட்டது. அண்ணல் அம்பேத்கர் அந்நூலைத் தன் பெற்றோரின் பெயரில் சமர்ப்பணம் செய்தார்.

1923-இன் கிரேஸ் இன்னில் தனது சட்டப்படிப்பை முடித்து பாரிஸ்டர் தேர்வு எழுதிப் பெரும் வெற்றி பெற்றார்.

அம்பேத்கர் இலண்டன் பல்கலைக்கழகத்தில் படித்துக் கொண்டிருக்கும்போது ஜெர்மனியிலுள்ள உலகப் புகழ்பெற்ற பான் பல்கலைக்கழகம் பற்றிக் கேள்விப்பட்டார். அங்குப் பட்டம் பெற்றோரை உலகினர் நன்கு மதித்துப் போற்றுவர் என்பதை அறிந்தார்.

இலண்டனில் படிப்பு முடிந்ததும் தாயகம் திரும்பாமல் ஜெர்மனி சென்று பான் பல்கலைக்கழகத்தில் சேர்ந்தார். அங்குப் பயிலும் மாணவர்களுடன் கலந்துரையாடினார். அப் பல்கலைக்கழகம் அவருக்கு மிகவும் பிடித்திருந்தது. ஆனால், அங்குச் சிறிது காலமே தங்கினார். மேலும் அங்குப் படிக்கும் எண்ணத்தை நிறைவேற்றிக்கொள்ளாமல் தாயகம் திரும்பினார்.

★★★

11. வழக்கறிஞர் வேலை

1923-இல் இந்தியா திரும்பிய டாக்டர் அம்பேத்கர் வழக்கறிஞராகப் பணியாற்ற முடிவு செய்தார். வழக்கறிஞர் வேலையின் மூலமாகத் தனது இன மக்களின் முன்னேற்றத்திற்கு உழைக்கவும், அவர்களுக்குப் பக்கபலமாக இருக்கவும் முடியும் என்று நம்பினார். ஆனாலும் அங்கும் சாதிப் பிரச்சினை அவரை விடவில்லை.

மேல்சாதிக் கட்சிக்காரர்கள் அதிக திறமையுடைய அம்பேத்கரை ஏற்றுக்கொள்ள விரும்பவில்லை. தவறியாரேனும் வந்தால் அவர்கள் பணம் கொடுக்க வசதியற்றவர்களாக இருந்தார்கள். அல்லது குறைந்த தொகையே கொடுக்க முன்வந்தார்கள்.

அம்பேத்கர் தைரியத்தையும் நம்பிக்கையையும் கைவிடவில்லை. அவரது நண்பர் நேவல்பதெனா அம்பேத்கருக்குப் பொருளுதவி செய்ததோடு, சில வழக்கு களையும் பிடித்துக் கொடுத்தார்.

அன்றைய காலகட்டத்தில் ஆங்கில வழக்கறிஞர்கள் புகழ்பெற்றுத் திகழ்ந்தார்கள். மேல்சாதிக்காரர்களில் ஒருசிலர் தங்களை ஆங்கிலப் பாணியில் தயார் செய்து கொண்டிருந்தார்கள். சீனியர் வழக்கறிஞர்கள் அம்பேத்கரை தீண்டத்தகாதவர் என ஒதுக்கி வைத்தனர். ஆனாலும் மன உறுதியுடன் சவால்களைச் சமாளிக்க அம்பேத்கர் முடிவு செய்து சோர்வடையாமல் தனது பணியில் கண்ணும் கருத்துமாக உழைத்தார்.

1926-இல் பூனாவைச் சேர்ந்த மூன்று தலைவர்கள் மீது பிராமணர்கள் சிலர் வழக்கு போட்டனர். அந்தத் தலைவர்கள் பிராமணர் அல்லர். 'பிராமணர்கள் இந்தியாவைக் கெடுத்து விட்டனர்' என்ற துண்டுப்பிரசுரங்களை அந்தத் தலைவர்கள் வெளியிட்டதாகக் கூறி வழக்கு நடந்தது. பிராமணர்கள் சார்பாக எல்.வி.போபட்கர் வழக்கை நடத்தினார். தலைவர்கள் சார்பாக அம்பேத்கர் வாதாடினார். அம்பேத்கர் அந்த வழக்கில் வெற்றி பெற்றார். இந்த நிகழ்ச்சி அம்பேத்கருக்கு பெரும் பிடிப்பை ஏற்படுத்தியதோடு வக்கீல் தொழிலில் இவருக்குச் சிறந்த இடத்தையும் பிடித்துக் கொடுத்தது.

உயர்சாதிக்காரர்கள் போலவும் ஆங்கிலேயர்கள் போலவும் அம்பேத்கருக்கு வாதாடத் தெரியாது என்று நினைத்திருந்த மக்களிடையே அம்பேத்கர் குறித்த எண்ணங்கள் சிறிது சிறிதாக மாறத் தொடங்கின. நிலைமை தலைகீழாக மாறி வழக்குகள் பல இவரை நாடி வந்தன. இவரின் புகழ் ஓங்கியது. வக்கீல் தொழிலினால் ஓரளவு வறுமை குறைந்தாலும் தனது சமூகச் சேவையைக் கைவிடாமல் தொடர்ந்து நடத்திவந்தார்.

ஆங்கில ஏகாதிபத்தியத்தை எதிர்த்து மக்கள் குரல் கொடுத்த அந்தக் காலத்தில், அம்பேத்கர் சுதந்திரப் போராட்டத்தில் ஈடுபடுவதை விட, அடிமை வாழ்வில் ஊறிப் போயிருக்கும் தன் இன மக்களின் வாழ்வைச் சீர்படுத்தவே விரும்பினார். "நாட்டின் சுயராஜ்யத்திற்காக உழைப்பதை விட, அடிமைப்பட்டு, அவமதிக்கப்பட்டுக் கிடக்கும் என் சமுதாயத்தின் மேம்பாட்டிற்காக உழைப்பதையே நான் பெரிதும் விரும்புகிறேன்" என்று கூறியுள்ளதன் மூலம் அம்பேத்கரின் சமுதாயப் பற்றை நாம் உணர முடிகிறது. இழிந்த சமுதாயத்தின் இழிவைச் சுட்டிக்காட்ட வக்கீல் தொழில் சிறந்த கேடயம் என்பதையும் உணர்ந்து செயல்பட்டார்.

★★★

12. பகிஷ்கிரிட் இதாகரணி சபா
(ஒடுக்கப்பட்டோர் நல வாழ்வுச் சங்கம்)

முதல் உலகப்போர் (1914-1918) முடிவுக்கு வந்த பின்பு இந்திய நாட்டில் சுதந்திரப் போராட்டம் உத்வேகத்துடன் செயல்படலாயிற்று. தீண்டாமை பற்றிய விழிப்புணர்வு ஏற்பட்டது. மும்பை சட்டமன்றத்தில் 1923-இல் திரு.எஸ்.கே.போலே என்பவர் கொண்டுவந்த தீர்மானம் நிறைவேற்றப்பட்டது. அதன்படி பொது இடங்களான கிணறுகள், தர்மசாலைகள், பள்ளிக்கூடங்கள், நீதிமன்றங்கள்,

மருத்துவமனைகள் மற்றும் அலுவலகங்கள் ஆகியவற்றில் தாழ்த்தப்பட்ட மக்களுக்கு உரிமைகள் கிடைத்தன. அப்பொழுது எஸ்.கே.போலே, "தென்னாப்பிரிக்காவில் நிற அடிப்படையில் இன ஒதுக்கல் கொள்கையை எதிர்க்கும் நாம், முதலில் நம் நாட்டிலுள்ள குறைகளைப் போக்கிக்கொள்ள வேண்டும். தாழ்த்தப்பட்ட மக்களைச் சரிசமமாக நடத்தவேண்டும். அவ்வாறு நடத்தாவிட்டால் அவர்கள் கிளர்ந்தெழுவார்கள்" என்று உரையாற்றினார்.

டாக்டர் அம்பேத்கர் தாழ்த்தப்பட்டவர்களின் நலனுக்காகப் போராட சமூக இயக்கம் ஒன்றைத் தொடங்க வேண்டுமென்று, அதற்கான முயற்சிகளில் ஈடுபட்டார். அதற்காக மும்பை தாமோதர் ஹாலில் 09.03.1924 அன்று ஒரு கூட்டத்தைக் கூட்டினார்.

தீண்டத்தகாதவர்கள் என்று குறிப்பிடப்பட்டோரை அவ்விதம் குறிப்பிடக்கூடாது என்பதற்காகவும், அவர்களின் முன்னேற்றத்திற்கான நடவடிக்கைகளை மேற்கொள்ளவும், அவர்களுடைய குறைகளைத் தீர்ப்பதற்காகவும் சங்கம் ஒன்றை ஏற்படுத்த வேண்டுமென்று அக்கூட்டத்தில் தீர்மானம் செய்யப்பட்டது. முடிவில் 'பகிஷ்கிரிட் இதகரணி சபா (ஒதுக்கப்பட்டோர் நலவாழ்வுச் சங்கம்) என்ற பெயரில் சங்கம் உருவாக்கப்பட்டு, அது முறைப்படி பதிவும் செய்யப்பட்டது.

மேலாதிக்கச் சாதியினரால் ஒதுக்கப்பட்டவர்கள் என்ற பொருளில் அப்பெயர் வைக்கப்பட்டது. தீண்டத்தகாதவர்கள் என்பதே தவறு என்று அம்பேத்கர் குறிப்பிட்டார்.

சபையின் நோக்கங்கள்

1. தாழ்த்தப்பட்ட மக்களுக்குக் கல்வி வசதியை அளித்தல்
2. உணவு விடுதிகள் ஏற்படுத்துதல்
3. நூல்நிலையங்களை ஏற்படுத்துதல்
4. வேலை வாய்ப்பை ஏற்படுத்தித் தரும் தொழிற்-சங்கங்கள் மற்றும் விவசாயக் கல்விக் கழகங்களை நடத்துதல்
5. ஒதுக்கப்பட்ட மக்களின் குறைகளையும், கோரிக்கை களையும் அரசாங்கத்திற்குத் தெரிவித்தல்.

சபையின் தலைவராக சர்.சி.ஹெச்செதல்வாட் என்னும் மேல்சாதி குஜராத் இந்து ஒருவர் நியமிக்கப்பட்டார். அவர்

முற்போக்கு சிந்தனைவாதி, மேலும் வழக்கறிஞர் தொழில் புரிந்துவந்தார். சபையின் நிர்வாகக் குழுத் தலைவராக டாக்டர் அம்பேத்கர் இருந்தார். தாழ்த்தப்பட்டவர்களின் குடும்ப மாணவர்கள் உயர்நிலைப்பள்ளியில் சேர்ந்து படிக்க கோலாப்பூரில் 1925-இல் விடுதி ஒன்று அமைக்கப்பட்டது. விடுதி மாணவர்களுக்கு ஆகின்ற செலவுகளைச் சபை ஏற்றுக் கொண்டது. வித்தியாசாலையும் வாசக சாலையும் ஹாக்கி கிளப்பும் அந்த மாணவர்களுக்காக ஏற்படுத்தப்பட்டன. தாழ்த்தப்பட்ட மக்களின் அக்கறை கொண்ட பிற சாதிக் காரர்களும் உதவி செய்தனர்.

தாழ்த்தப்பட்ட மக்களிடையே விழிப்புணர்ச்சியை ஏற்படுத்தவும், அவர்களுடைய உரிமைகளை அவர்களுக்கு எடுத்துச் சொல்லவும் அம்பேத்கர் ஒவ்வொரு கிராமமாகச் சுற்றி வந்தார். தன் இன மக்கள் கண்டிப்பாக அடிப்படைக் கல்வியாவது கற்க வேண்டும் என்று எண்ணினார். தன்னைப் போல் தொண்டாற்றும் மனப்பாங்கு உடையவர்களைச் சங்கத்தில் உறுப்பினர்களாகச் சேர்த்துக்கொண்டார்.

இதனால் தாழ்த்தப்பட்ட மக்கள் தங்கள் குழந்தைகளை விடுதிகளில் சேர்க்க ஆரம்பித்தனர். அம்பேத்கர் சங்கத்துடன் இணைந்த அறிவு வளர்ச்சி நிலையம் ஒன்றையும் ஆரம்பித்தார். அது மாணவர்களுக்கு கல்வியறிவோடு பொறுப்புணர்ச்சி, தொண்டு மனப்பான்மை, துணிவு, சிந்தனை தகுதி ஆகியவற்றைக் கற்றுக் கொடுத்தது.

* * *

13. மக்கள் தலைவராக அம்பேத்கர்

தாழ்த்தப்பட்ட மக்களின் நலன் குறித்து மாகாண அளவில் மாநாடு ஒன்றைக் கூட்டவேண்டும் என்று அம்பேத்கர் விரும்பினார். அதன்படி 1925-இல் பம்பாய் மாகாணம் நைபானி என்ற இடத்தில் முதல் மாகாண மாநாடு நடைபெற்றது. அதே ஆண்டிலேயே மபில்வானில் நடைபெற்ற தாழ்த்தப்பட்டோர் மாநாட்டிற்குத் தலைமையேற்றுச் சிறப்பித்தார்.

தாழ்த்தப்பட்ட மக்களுக்கு நடக்கின்ற கொடுமைகளைத் தானும் அனுபவித்ததால், மிகத் தீவிரமுடன் அவர்

உழைத்தார். இவருடைய வார்த்தைகள் மக்களைக் கவர்ந்தன. தங்களை வழி-நடத்த தகுதியான தலைவர் கிடைத்து விட்டார் என அவரைப் போற்றினார்கள். அம்பேத்கரின் இத்தகைய சமுதாயப் பணிகளை பத்திரிகைகள் மூடி மறைத்தன. ஆனால் சுதந்திரப் போராட்ட தலைவர்களின் செயல்களைச் சிறப்பித்து வெளியிட்டன. அம்பேத்க:ின் சாதனைகளை வெளியிடத் தயங்கின. ஆனாலும் அம்பேத்கரின் புகழ் பாரததேசமெங்கும் பரவியது. அவரைப்

பின்பற்றி சமூக மறுமலர்ச்சி சங்கங்கள் நாடெங்கும் தோன்ற ஆரம்பித்தன. அம்பேத்கரின் விடா முயற்சியால் நாடெங்கும் மக்களின் ஆதரவு படிப்படியாகப் பெருகியது.

தாழ்த்தப்பட்ட மக்களின் நலனில் அக்கறைகொண்ட அம்பேத்கர், அதே சமயம் அவர்களிடையே நிலவும் தீய பழக்கங்களையும் களைவதற்குப் பெருமுயற்சி எடுத்தார்.

தாழ்த்தப்பட்ட மக்களிடையே நிலவிவந்த சாராயம் குடித்தல், சீட்டாடுதல், ஏமாந்தவர்களிடம் வழிப்பறி செய்தல் போன்ற தீய பழக்க வழக்கங்களை மாற்றப் பெருமுயற்சி எடுத்துக் கொண்டார். தாழ்த்தப்பட்ட மக்களிடையே இவை குறித்து பிரச்சாரம் செய்தார். அவர்களிடம் இருக்கும் தீய குணங்களை விட்டொழித்தால் ஒழிய சமுதாயத்தில் அவர்களால் முன்னேற முடியாது என்பதைத் தெளிவாக எடுத்துரைத்தார்.

1927-ஆம் ஆண்டு ஜனவரி மாதம் பூனாவுக்கு அருகிலுள்ள கோர்காகான் யுத்த நினைவு மண்டபத்தில் தாழ்த்தப்பட்ட சாதியினரின் கூட்டம் ஒன்று நடைபெற்றது. தாழ்த்தப்பட்ட சமுதாயத் தலைவர்கள் பலர் அதில் கலந்து கொண்டனர். அண்ணல் அம்பேத்கரும் அதில் கலந்து கொண்டார். முதல் உலகப் போரில், நூற்றுக்கணக்கான தாழ்த்தப்பட்ட இன மக்கள் பிரிட்டிஷ் படையில் சேர்ந்து போரிட்டனர். போர் முடிந்த பின்பு பிரிட்டிஷ் அரசாங்கம் அவர்களைத் தகுதியில்லாதவர்கள் எனக் கூறி விலக்கி விட்டது. விலக்கப்பட்ட வீரர்கள் கிளர்ந்தெழ வேண்டும், தங்கள் உரிமைகளுக்காகப் போராட வேண்டும் என்று அம்பேத்கர் அக்கூட்டத்தில் பேசினார். தாழ்த்தப்பட்டோரை இராணுவத்தி-லிருந்து நீக்கப் பிறப்பித்த சட்டத்தை வாபஸ் வாங்க வேண்டும்; மீண்டும் அவர்களை இராணுவப்பணியில் சேர்த்துக்கொள்ள

வேண்டுமென அம்பேத்கர் குரல் கொடுத்தார் ; போராடினார் ; வெற்றியும் பெற்றார்.

1927-இல் மும்பை கவர்னர் வில்சன் என்பவர் அம்பேத்கருக்குப் பம்பாய் மாநில சட்டமன்ற மேலவை உறுப்பினர் பதவியை அளித்தார். அம்பேத்கருக்கு மேலவை உறுப்பினர் பதவி கிடைத்ததற்காக தாழ்த்தப்பட்ட இனத்தைச் சார்ந்த ஆசிரியர்கள் பாராட்டுக் கூட்டம் ஒன்றை மும்பை தாமோதர் ஹாலில் **19.04. 1927**-இல் கூட்டினார்கள். அதில் அம்பேத்கரின் சமுதாயப் பணியைப் பாராட்டி பணமுடிப்பு ஒன்றை அளித்தனர். ஆனால் அம்பேத்கர் அந்தப் பணமுடிப்பை 'பகிஷ்கிரிட் இதகர்ணி சபாவிற்கு நன்கொடையாக அளித்துவிட்டார். அந்தக் கூட்டத்தில் ''உங்களின் நல்வாழ்விற்காக உரிமைகளைப் பெறுவதற்காக பிரிட்டிஷ் அரசாங்கத்திடம் நான் போராடுவேன் என்று உறுதியளித்தார்''. அவ்வாறே சட்டமன்றத்தில் தன் குரலை ஒலிக்கச் செய்தார்.

1923-இலும், **1926**-இலும் எஸ்.கே.போலே அவர்கள் மும்பை சட்டமன்றத்தில், தாழ்த்தப்பட்ட மக்களுக்காகக் கொண்டு வந்த தீர்மானங்கள் வெறும் காகித அளவிலேயே இருந்தன. எந்த மாநகராட்சியும், நகராட்சியும் தாழ்த்தப்பட்டவர்களுக்காகப் பொதுக் குளம், கோயில், பள்ளி மற்றும் சுகாதார நிலையங்களைத் திறந்துவிடத் தயாராக இல்லை. அவ்வாறு திறந்து விடுவதற்கு உயர்ந்த சாதி இந்துக்கள் அவற்றை எதிர்த்தனர். இதனை அம்பேத்கர் சட்டமன்றத்தில் கடுமையாக விமர்சித்தார்.

அதே சமயம் அவரது குடும்பம் மிகவும் வறுமையில் வாடியது. அவர் எளிய வீட்டில் குறைந்த வசதிகளுடன் வாழ்ந்துவந்தார். ஏழைக் கட்சிக்காரர்களுக்குப் பணமின்றி வாதாடியதோடு, அவர்கள் தங்குவதற்கு இடமும், உணவும்

கொடுத்து உதவினார். இதனால் பொருளாதார நிலைமையில் மிகவும் பின்தங்கினார். அம்பேத்கர் இராமாபாய் தம்பதியருக்கு 'யஸ்வந்த்', 'இராஜரத்னா' என்ற இரு ஆண் குழந்தைகளும் 'இந்து' என்ற பெண் குழந்தையும் இருந்தார்கள். இந்து பிறந்த சில மாதங்களிலேயே இறந்துவிட்டாள். பின்னர் 1926-இல் இராஜரத்னா என்ற மகனும் இறந்துவிட்டான். மிகவும் துயரமடைந்த அம்பேத்கருக்கு ஆறுதல் சொல்ல அவரைத் தேடி மக்கள் வெகுதொலைவிலிருந்தெல்லாம் வந்தனர். அவர்கள் காட்டிய பாசத்தால் ஓரளவு தேறிய அம்பேத்கர் மீண்டும் மக்கள் பணியை ஆரம்பித்தார்.

★ ★ ★

14. முதல் உரிமைப்போர்

1923-இல் தாழ்த்தப்பட்ட மக்களுக்காகப் பொதுக் கிணறுகள், குளங்கள், சத்திரங்கள், பள்ளிகள் மற்றும் சுகாதார நிலையங்கள் ஆகியவற்றை திறந்துவிட வேண்டுமென்று எஸ்.கே.போலே கொண்டுவந்த தீர்மானம் நிறைவேற்றப்படாததால் 1926-இல் எஸ்.கே.போலே மற்றுமொரு தீர்மானத்தைக் கொண்டுவந்தார். தீர்மானத்தை நிறைவேற்றாத நகராட்சிகளுக்கு மானியம் அளிப்பது நிறுத்தப்படும் என்பதே மறுதீர்மானம் ஆகும். இந்தத் தீர்மானத்தின் அடிப்படையில் மும்பையிலுள்ள கொலாபா மாவட்டத்திலுள்ள 'மகாத்' என்னும் நகராட்சிக்குச் சொந்தமான 'சௌதார்' என்ற குளத்தில் அனைத்து சாதியினரும் தண்ணீர் எடுக்கலாம் என்று அறிவிக்கப்பட்டது. ஆனால் அந்த அறிவிப்பு ஏட்டளவிலேயே நின்றது. தாழ்த்தப்பட்ட மக்கள் அந்தக் குளத்தில் தண்ணீர் எடுக்க உயர்சாதியினர் மறுத்து வந்தனர்.

அண்ணல் அம்பேத்கர், தாழ்த்தப்பட்ட மக்களுக்கான உரிமைகளைப் போராடியே பெறவேண்டும் என்பதை உணர்ந்து கொண்டார். போராடுவதற்கான சூழ்நிலையை உருவாக்கினார்.

மகாத் மாநகராட்சியில் 1927-ஆம் ஆண்டு 19, 20 ஆகிய இரண்டு தேதிகளில் மாநாடு ஒன்றை நடத்தினார். டாக்டர் அம்பேத்கர் அந்த மாநாட்டிற்குத் தலைமை வகித்தார். 10000 பேர் அதில் கலந்துகொண்டனர். அந்த மாநாட்டின் இரண்டாம் நாள் அம்பேத்கர் உரையாற்றியபோது அம்மாநாட்டில் கலந்து கொண்ட

மக்களை எழுந்து நிற்கச்செய்து சில உறுதி மொழிகளை எடுத்துக்கொள்ளச் செய்தார்.

உறுதிமொழிகள்

1. தங்கள் உரிமைகளைப் பெறுவதற்காகப் போராடத் தயங்கக் கூடாது.
2. தங்களை உயர்த்திக்கொள்வதோடு, தங்கள் பிள்ளைகளையும் நன்கு படிக்க வைக்க வேண்டும்.
3. தங்களிடமுள்ள தீய பழக்கங்களையும் தாழ்வு மனப் பான்மையையும் விட்டு விட வேண்டும்.
4. மற்றவர்களிடம் அடிமைப்பட்டு கெஞ்சிப் பிழைக்கும் கீழ்த்தரமான வாழ்வை விட்டுவிட வேண்டும்.
5. தங்கள் மீது திணிக்கப்பட்ட அநீதியை, கொடுமையை, தீண்டாமையை, இயலாமையை எதிர்த்து நின்று போராட வேண்டும்.

உறுதிமொழிகளைத் தொடர்ந்து "ஆடுகள், மாடுகள், பன்றிகள், நாய்கள் இறங்கி நீர் குடிக்கலாம். மனிதர்களாகிய நாம் அந்தக் குளத்தில் நீர் அருந்தத் தடை செய்வதா? தடையை உடைத்து நாம் அனைவரும் இன்று ஊர்வலமாகச் சென்று அந்தக் குளத்தில் இறங்கி நீர் அருந்துவோம்" என்று உணர்ச்சி பொங்க உரையாற்றினார். ஆரவாரத்துடன் மக்கள் அதனை வரவேற்றனர். மாகாத் நகரின் முக்கிய வீதிகளில் ஊர்வலம் மிக அமைதியாக அந்தக் குளத்தை நோக்கிச் சென்றது. அம்பேத்கர் அந்தக் குளத்தில் முதல் ஆளாக இறங்கி நீரைக் குடித்தார். பின்னர் ஆயிரக்கணக்கானோர் அந்தக் குளத்தில் இறங்கி நீரை குடித்து சாதிவெறி பிடித்தவர்களின் கட்டுப்பாட்டினைத் தகர்த் தெறிந்தனர். பின்னர் அமைதியாக மாநாட்டுப் பந்தலை அடைந்தனர். அம்பேத்கர் விருந்தினர் மாளிகைக்குச் சென்று விட்டார். அப்போது நூற்றுக்கணக்கான உயர் சாதியினர்

கையில் பயங்கர ஆயுதங்களை ஏந்தி வந்தனர். மாநாட்டுப் பந்தலில் சாப்பிட்டுக்கொண்டிருந்த மக்களைக் கடுமையாகத் தாக்கினர். அது போதாதென்று தெருத் தெருவாகச் சுற்றித் தாழ்த்தப்பட்ட மக்களைத் தேடிப்பிடித்து அடித்துத் துன்புறுத்தினர். விவரமறிந்து அம்பேத்கர் ஓடோடி வந்தார். பந்தலில் காயப்பட்டுக் கிடந்தோருக்கு உடனடியாகச் சிகிச்சையளிக்க ஏற்பாடு செய்தார். உடனடியாகக் காவல் நிலையம் சென்று இது குறித்து அம்பேத்கர் வழக்கு பதிவு செய்தார். பலர் கைது செய்யப்பட்டனர். கலகம் செய்த உயர்சாதியினர் வழக்கின் இறுதியில் கடுங்காவல் தண்டனை பெற்றனர். 3 ஆண்டுகளுக்குப் பின் வெளியான வழக்கின் தீர்ப்பில், அது 'பொதுக் குளம்' யார் வேண்டுமானாலும் பயன்படுத்திக்கொள்ளலாம் என்று கூறப்பட்டது. இது அம்பேத்கர் நடத்திய முதல் உரிமைப் போருக்குக் கிடைத்த வெற்றியாகும். அதில் கிடைத்த வெற்றி தாழ்த்தப்பட்ட மக்கள் தன்மானத்துடன் வாழ வழி வகுத்தது.

அண்ணல் அம்பேத்கரின் கோரிக்கையை ஏற்று, தங்களது இழிவான பழக்கங்கள் பலவற்றை தாழ்த்தப்பட்ட மக்கள் கைவிட்டனர். பிறரிடம் தேவையற்ற முறையில் இழிவாகத் தஞ்சம் புகுவதையும், சோறு, பணம் பெறுவதையும் விட்டுவிடத் தீர்மானித்தனர். இப்போராட்டத்தின் விளைவாகப் பெரும் மனமாற்றத்தை தம் இன மக்களிடையே புகுத்திய அம்பேத்கரின் அடுத்த வெற்றி இது.

ஆனால் மகாத் நகர சாதி இந்துக்கள் தங்களின் கௌரவம் பாதிக்கப்பட்டதாக எண்ணினர். சௌதார் குளம் தீட்டுப்பட்டுவிட்டது என்று கருதினர். அக்குளத்தைத் தூய்மைப்படுத்தப் பல சடங்குகளைச் செய்தனர். அதற்கு 108 மண் கலயங்களில் சாணம், கோமியம், பால் மற்றும் தயிர் ஆகியவற்றைக் கலந்து புரோகிதர்கள் மந்திரம் ஓத குளத்து

நீரில் ஊற்றினர். அப்போது வழக்கின் தீர்ப்பு வெளிவரவில்லை. இந்நிகழ்வினை அறிந்த அம்பேத்கர் டிசம்பர் 1927-இல் மீண்டும் ஒரு மாநாட்டைக் கூட்டினார். அம் மாநாட்டில் உயர்சாதியினரின் செயல்களுக்குக் காரணமான "மனுஸ்மிருதியை"த் தீக்கிரையாக்கினார். இந்த மனுஸ்மிருதிதான் மனிதர்களிடையே துவேஷத்தை உருவாக்குகிறது என்று அம்பேத்கர் கருதினார். தாழ்த்தப்பட்ட மக்களின் இழிநிலைகளுக்கு இந்நூலே காரணம் எனக் கருதினார்.

3 ஆண்டுகளுக்குப் பின் வெளியான இறுதித் தீர்ப்பு தாழ்த்தப்பட்ட மக்களுக்குச் சாதகமாக அமைந்ததால் உயர்சாதியினரால் ஒன்றும் செய்ய முடியவில்லை. அம்பேத்கர் அடைந்த இந்த வெற்றி உயர்சாதியினரின் பொருமல்களுக்குக் காரணமானது. ஆனால் அதே உயர்சாதிமக்கள் அம்பேத்கரை "நவீன மனு" என்று பாராட்ட வேண்டிய சூழ்நிலையும் பின் வந்த காலங்களில் ஏற்பட்டது.

★ ★ ★

15.சைமன் குழுவில் உறுப்பினரான அம்பேத்கர்

அண்ணல் அம்பேத்கர், பொது வாழ்வில் ஈடுபட்டுப் போராடிக்கொண்டிருந்ததால், நீதிமன்றம் செல்லவும் வழக்குகளை எடுத்து நடத்தவும் நேரமில்லாமல் போயிற்று. இதனால் வருவாய் குறைந்தது. இந்தக் குறையைப் போக்க அம்பேத்கர் 1928-இல் மும்பைச் சட்டக் கல்லூரியில் பேராசிரியராகப் பணியில் சேர்ந்தார்.

1919-இல் கொண்டுவந்த மாண்டேகு செம்ஸ்போர்டு சீர்திருத்தத்தில் இருந்த குறைகளை ஆராய 10 ஆண்டுகள் கழித்து, சர்ஜான் சைமன் தலைமையில் ஒரு குழு இந்தியா வந்தது. அது சைமன் குழு என அழைக்கப்பட்டது. அதில் இந்தியர் ஒருவர் கூட இல்லை. எனவே அதனைக் காங்கிரஸ் புறக்கணித்தது. சைமன் குழு சென்ற இடமெல்லாம் காங்கிரஸ் கருப்புக் கொடி காட்டி கடுமையான எதிர்ப்பைத் தெரிவித்தது. இதனால் ஏராளமானோர் சிறைப்பட்டனர்.

அதே சமயம் சைமன் குழுவிற்கு ஒத்துழைப்புத் தந்து கருத்துகளைத் தெரிவிப்பதற்காக இந்தியாவிலிருந்த

ஆங்கிலேய அரசு குழு ஒன்றை அமைத்தது. அந்தக் குழுவில் டாக்டர் அம்பேத்கர் உறுப்பினராக நியமிக்கப்பட்டார். இந்திய மக்களின் குறைகளை அறிய வந்திருக்கும் குழுவினரிடத்தில், இந்தியாவில் தாழ்த்தப்பட்ட மக்கள் படும் இன்னல்களை எடுத்துரைப்பது தனது கடமை எனக் கருதிய அம்பேத்கர் அந்த ஆங்கிலேயக் குழுவில் உறுப்பினரானார். இதனால் அம்பேத்கரை சிலர் குறை கூறினார்கள். ஒரு சிலர் 'துரோகி' என்றும் இகழ்ந்தனர். அதுபற்றியெல்லாம் கவலைப்படாத அம்பேத்கர், தாழ்த்தப்பட்ட மக்களின் வாழ்க்கைத் தரத்தை உயர்த்துவதையே நோக்கமாகக் கொண்டு செயல்பட்டார்.

இந்தியாவிலிருந்த தாழ்த்தப்பட்டோர் 18 சங்கங்கள் சைமன் குழுவிடம் தங்கள் கோரிக்கையை சமர்ப்பித்தன. அவற்றுள் 16 குழுக்கள் தங்களுக்கென தனி வாக்காளர் தொகுதிகள் வேண்டுமெனக் கோரின. சென்னையிலிருந்து ஆதி திராவிடர் மகாஜனசபை, சட்ட சபைகளில் தாழ்த்தப் பட்டவர்களை நியமன உறுப்பினர்களாக்க வேண்டும் என்று கோரியது.

அம்பேத்கர் தனது தாழ்த்தப்பட்டோர் நல வாழ்வுச் சங்கத்தின் சார்பாகப் பொதுத் தொகுதிகளில் வாக்களிக்கும் உரிமையோடு, ஒதுக்கப்பட்ட இடங்களும் வேண்டுமென கோரினார். இவை எல்லாவற்றையும் விட தாழ்த்தப்பட்டோரின் இழிநிலைகளை ஒழிப்பதுதான் முதன்மையான பணி என்றும் கூறினார்.

தனது பொதுத்தொண்டிற்கு இடையூறு என எண்ணி, சட்டக் கல்லூரிப் பேராசிரியர் பணியை விட்டு விலகினார். மீண்டும் வழக்கறிஞர் பணியைத் தொடர்ந்தார். மீண்டும் 1934-இல் பேராசிரியர் ஆனார். 1936-இல் சட்டக் கல்லூரியின் முதல்வராக ஆனார். அப்போது அவர் மாணவர்களை நடத்திய விதத்தால் மாணவர்கள் அம்பேத்கர் மீது அளவற்ற மரியாதையையும் அன்பினையும் செலுத்தினர்.

அவர், தான் நடத்திவந்த 'பகிஷ் கிரிட் பாரத்' என்ற பத்திரிகையில் நாட்டு நடப்புகளையும், உயர் சாதியினர் திருந்தி வரவேண்டும் என்று அழுத்தம் திருத்தமாக எழுதினார். அந்தப் பத்திரிகையில் தீண்டாமை ஒழிப்புக்குப் பாடுபடுவதாக மேடையில் முழங்குபவர்களை நோக்கி, "மேடையில் முழங்கினால் மட்டும் போதாது, செயல்பாடு- களிலும் அதை நிரூபித்துக் காட்டுங்கள்" என்று எழுதியது பலருக்கு வேப்பங்காயாகக் கசந்தது.

அந்தப் பத்திரிகையில் பால கங்காதர திலகரையும் அவர் விட்டு வைக்கவில்லை. 'சுயராஜ்யம்' எனது பிறப்புரிமை! அதனை அடைந்தே தீருவேன், என்று முழங்கும் திலகர் தாழ்த்தப்பட்ட இனத்தில் தோன்றியிருந்தால், 'தீண்டாமை ஒழிப்பு எனது பிறப்புரிமை! அதனை அடைந்தே தீருவேன்' என்றல்லவா முழங்கியிருப்பார் என்று அம்பேத்கர் அந்தப் பத்திரிகையில் எழுதினார்.

***

16. நாசிக் கோயில் நுழைவுப் போராட்டம்

இந்திய சுதந்திர வரலாற்றில் 1930-ஆம் ஆண்டு முக்கியத்துவம் வாய்ந்தது. அந்த ஆண்டில் காந்தியடிகள் தண்டியாத்திரை மேற்கொண்டார். காந்தியடிகள் நடத்திய போராட்டம் பாரதத் தாயின் விடுதலைக்காக, அதே சமயம் பாரதத் தாயின் மக்களுக்காக சமூக விடுதலை வேண்டி அம்பேத்கர் போராடினார். மூன்று மாதங்களாகத் திட்டமிட்டு, நாசிக் கோயில் நுழைவிற்கான ஏற்பாடுகளைச் செய்தார். நாசிக் நகரிலுள்ள 'கலாராம்' என்ற கோயிலைத் தாழ்த்தப்பட்ட மக்களுக்காகத் திறந்து விட வேண்டுமென அம்பேத்கர் வேண்டுகோள் விடுத்தார். இதற்காக சுமார் 15000 பேர் தொண்டர்களாக அம்பேத்கர் இயக்கத்தில் பதிவு செய்து கொண்டனர். அம்பேத்கர் முறைப்படி கோயில் தர்ம கர்த்தாக்களுக்கு தங்கள் கோரிக்கையை அறிக்கை மூலமாக அனுப்பினார். ஆனால் கோயில் நிர்வாகிகள் அறிக்கை கிடைத்தவுடன் கோரிக்கையை நிராகரித்து கோயிலையும் மூடிவிட்டனர்.

கோயிலுக்குப் பலத்த போலீஸ் காவல் போடப்பட்டது. மாவட்ட மாஜிஸ்ட்ரேட்டும், காவல் துறை அதிகாரிகளும் கோயில் அருகிலேயே இருந்தனர்.

02.03.1930 அன்று பிற்பகல் 3 மணிக்கு தாழ்த்தப் பட்டவர்கள் ஊர்வலமாகக் கோயிலை நோக்கிச் சென்றார்கள். நான்கு நான்கு பேராக அணிவகுத்துச் சென்ற ஊர்வலம் 2 கி.மீ. நீளம் இருந்தது. ஊர்வலம் ஆரம்பிக்கும் முன் நடந்த மாநாட்டுக் கூட்டத்தில் மும்பை மாநில ஆளுநராக இருந்த பி.ஜி.கெர் மற்றும் அம்பேத்கரை ஆதரிக்கும் பிராமணர்கள் ஒருசிலரும் கலந்து கொண்டு இந்தப் போராட்டத்திற்கு ஆதரவளித்தனர். அங்கு ஏற்கெனவே நின்றிருந்த போலீஸ் அவர்களைத் தடுத்து நிறுத்தியதால் அந்த ஊர்வலம் மன வருத்தத்துடன் 'கோதாவரி' நதிக்கரைக்குச் சென்று கலந்து ஆலோசித்தது. மறுநாள் கோயில் முன் சென்று அஹிம்சை முறையில் போராட வேண்டுமென்று அந்தக் கூட்டத்தில் முடிவு செய்தார்கள்.

அதன்படி மறுநாள் கோயில் முன் தாழ்த்தப்பட்ட மக்கள் ஒன்றுகூடி பக்திப் பாடல்களைப் பாடிய வண்ணம் அங்கேயே உட்கார்ந்து விட்டனர். ஒரு மாத காலம் இந்தப் போராட்டம் நீடித்தது. அந்தக் கோயிலில் திருவிழா கொண்டாட வேண்டிய மாதம் என்பதால் உயர்சாதி இந்துக்கள் ஒன்றுகூடிக் கூட்டம் போட்டனர். முடிவில் இராமபிரானது சிலையை தேரில் வைத்து ஊர்வலமாகக் கொண்டு வரும் பொழுது தாழ்த்தப்பட்டவர்களும் சேர்ந்து தேரின் வடத்தினை இழுக்கலாம் என்று முடிவு செய்தனர். ஆனால் வைதீகர்கள் கூச்சல் போட்டுத் தங்கள் எதிர்ப்பைத் தெரிவித்தனர். அதனால் இரகசியமாக ஒரு திட்டம் போட்டனர்.

அதன்படி தேர் இழுக்கும் நேரம் வந்ததும் தாழ்த்தப் பட்டவர்களைத் தள்ளி விட்டுவிட்டுத் தாங்களே தேரை இழுத்துக் கொண்டு ஓடினர். 'கதிரேகர்' என்ற தாழ்த்தப்பட்ட இனத்தைச் சேர்ந்த இளைஞர் உடனே சுதாரித்துக்கொண்டு போலீஸ் காவலை விலக்கிவிட்டு அவர்களைத் தொடர்ந்து ஓடினார். அவர்களைத் தொடர்ந்து அவர் இனத்தைச் சேர்ந்த மக்களும் ஓடித் தேரைப் பிடித்துவிட்டனர்.

உயர்சாதியினர் நடத்திய கலவரத்தில் கதிரேகர் கொல்லப்பட்டார். தாழ்த்தப்பட்ட இன மக்களை அடித்து நொறுக்கினர். அம்பேத்கரின் மீது அடிகள் விழுந்தன. அந்தக் கலவரத்தைத் தொடர்ந்து தாழ்த்தப்பட்ட இனத்தைச் சேர்ந்த குழந்தைகள் பள்ளியை விட்டு விரட்டப்பட்டனர். தாழ்த்தப்பட்ட இன மக்களை மிகவும் கொடுமைப்படுத்த ஆரம்பித்தனர். அம்பேத்கர் அப்பொழுதும் தன்னுடைய தொண்டர்களை அமைதியாக இருக்கும்படி கூறினார். 1930-இல் நடந்த இந்தக் கலவரத்திற்குப் பின் 1935 வரை நாசிக் கலாராமர் கோயில் திறந்து விடப்படவே இல்லை.

★ ★ ★

17. முதல் வட்டமேசை மாநாட்டில் அம்பேத்கரின் உரை

சைமன் குழு அறிக்கையை ஏற்க விரும்பாத இந்தியர்கள் நாடு முழுவதும் பெரும் கிளர்ச்சியை ஏற்படுத்தினார்கள். எனவே பிரிட்டிஷ் அரசாங்கம் சைமன் குழுவின் அறிக்கையைப் பற்றி விவாதிக்கவும், இந்தியர்களுக்கு ஏற்ற வகையில் ஓர் அரசியல் அமைப்பை உருவாக்கவும் இங்கிலாந்து நாட்டில் ஒரு மாநாட்டைக் கூட்டியது. அதில் இந்தியாவிலிருந்து 73 பேர் கலந்துகொண்டனர். இந்து, முஸ்லீம், கிருத்துவர்கள், சுதேச மன்னர்கள் மற்றும் அறிஞர்கள் ஆகியோர் அந்த 73 பேரில் அடங்குவர். தாழ்த்தப்பட்ட சமுதாயத்தின் பிரதிநிதியாக அம்பேத்கர் அந்த மாநாட்டிற்குச் சென்றார்.

06.09.1930-இல் முறைப்படி வைஸ்ராய் மூலம் அம்பேத்கருக்கு அழைப்பு வந்தது. அம்பேத்கர் மும்பையிலிருந்து 30.10.1930-இல் புறப்பட்டு, மாநாட்டின் தொடக்க நாளான 12.11.1930-இல் லண்டன் போய்ச் சேர்ந்தார்.

அப்போதைய கிரேட் பிரிட்டன் மன்னரும் சக்கர வர்த்தியுமான ஐந்தாம் ஜார்ஜ் மாநாட்டைத் தொடங்கி வைத்து உரையாற்றினார். சர் ராம்சே மெக்டெனால்டு மாநாட்டிற்கு தலைமையேற்று உரையாற்றினார். அவர் தன் உரையில் "இந்தியப் பிரச்சினைகளை பிரிட்டிஷ் அரசாங்கம் தீர்த்து வைப்பதுடன், இந்திய பிரிட்டிஷ் உறவையும் செம்மைப்படுத்தும்" என்றார்.

"இந்திய மக்களின் ஐந்தில் ஒரு பங்கான நாங்கள் ஒதுக்கப்பட்ட, புறக்கணிக்கப்பட்ட இந்துக்கள். யாருமே

நெருங்கத் தயங்கும், தனியான இடங்களில் சேரிகளில் வாழ்கிறோம். இந்தியர்களாலேயே அடிமைப்படுத்தப் பட்டுள்ளோம். தீண்டாமை என்ற பெயரில் எங்களைத் தொடவோ அருகில் வரவோ இந்துக்கள் விரும்புவதில்லை. பொதுக்கிணறுகள், குளங்களைப் பயன்படுத்தத் தடை விதிக்கப் பட்டுள்ளது. இந்த இன வேற்றுமையால் சாதாரண மனித உரிமைகளும், வாய்ப்புகளும் எங்களுக்கு மறுக்கப்படுகின்றன. மிகவும் தாழ்நிலையில் உள்ள எங்கள் இனத்தின் மக்கள்தொகை இங்கிலாந்து அல்லது பிரான்ஸ் நாட்டின் மக்கள்தொகைக்குச் சமமானது. ஆங்கில ஆட்சி இந்துக்களிடமிருந்து எங்களுக்கு விடுதலை பெற்றுத் தரும் என்று எண்ணினோம். ஆனால் பிரிட்டிஷாரின் இந்த 150 ஆண்டு கால ஆட்சியிலும் எங்கள் நிலையில் மாற்றம் எதுவும் ஏற்படவில்லை. ஆட்சி மாற்றத்தால் எங்களுக்கு எவ்வித நன்மையும் கிடையாது. பலவிதமான இன்னல்களுக்கு ஆளான எங்கள் மீது திணிக்கப்பட்ட கொடுமைகள் ஆறாத புண்களைப் போல் வேதனைகளை அளிக்கிறது. எங்களுக்கு நல்வாழ்வை தரக்கூடிய நல்ல ஆட்சியாளர்களை பதவியில் அமர்த்தி உதவி செய்யுங்கள்" என்று அம்பேத்கர் அந்த மாநாட்டில் உரையாற்றினார்.

மேலும் அவர், தாழ்த்தப்பட்டவர்கள் கையில் அரசியல் அதிகாரம் வராதவரை இந்திய நாட்டிற்கு கிடைக்கும் சுதந்திரத்தினால் எந்தப் பயனுமில்லை. ஆங்கிலேயர் ஆட்சிக்கு முன்னால் எவ்விதக் கொடுமைகளை அனுபவித்தார்களோ அதை விட மேலான கொடுமைகளைத்தான் எங்கள் இன மக்கள் சுதந்திரத்திற்குப் பின்னும் அனுபவிக்க வேண்டியிருக்கும். அரசு மாற்றம் என்பது 'எஜமான்' மாற்றமன்று, எங்கள் கையிலுள்ள விலங்குகள் நீக்கப்பட்டு, அரசு அதிகாரம் எங்கள் கைக்கு வருவதே உண்மையான மாற்றமாகும் என்று கூறினார்.

உண்மைகளும் உணர்ச்சிகளும் நிறைந்த இவரது உரையை இங்கிலாந்து நாட்டின் அனைத்து நாளேடுகளும்

வெளியிட்டன. அதோடு மட்டுமல்லாமல், அவரது கருத்துகளை ஆதரித்து எழுதின. இந்தியாவில் தீண்டாமையும் சாதிக் கொடுமையும் கோரத் தாண்டவமாடுவதை அம்பேத்கர் ஆற்றிய உரையிலிருந்து அறிந்து கொண்ட மாநாட்டு உறுப்பினர்கள் அதைப் பற்றி சிந்திக்க ஆரம்பித்தனர். அம்பேத்கரின் உரையைக் கேட்டு பரோடா அரசின் மகாராஜா சாயாஜிராவ் கெய்க்வார்ட் மிகவும் மகிழ்ச்சியடைந்தார்.

அம்பேத்கர் ஒரு புரட்சிக்காரர் என்று தவறாக எண்ணியிருந்த பிரிட்டிஷ் அரசாங்கம் உண்மையை உணர்ந்தது. பிரபல நாளேடான 'சண்டே கிரானிகல்' அம்பேத்கரின் சொற்பொழிவுகளைப் புகழ்ந்து எழுதியது. அம்பேத்கர் உரையைக் கேட்ட காந்தியடிகள் அவரை ஈடு இணையற்ற தேசியவாதி எனப் புகழ்ந்தார்.

அம்பேத்கரின் கோரிக்கைகள் மட்டுமல்லாமல், முஸ்லீம்கள் தனிநாடு கோரிக்கை, காங்கிஸ் மாநாட்டில் கலந்து கொள்ளாதது போன்ற பல பிரச்சினைகளால் எந்தவொரு தீர்வும் இல்லாமல் மாநாடு ஒத்தி வைக்கப்பட்டது. 27.02.1931-இல் அம்பேத்கர் மும்பை வந்து சேர்ந்தார். தாழ்த்தப்பட்ட இன மக்கள், அவரை பெருமகிழ்வோடு வரவேற்றனர்.

★★★

18. இரண்டாம் வட்டமேசை மாநாட்டில் அம்பேத்கரின் உரை

இரண்டாம் வட்டமேசை மாநாடு செப்டம்பர் 1931-இல் கூடியது. அந்த மாநாட்டில் கலந்து கொள்வதற்காக சிறையில் அடைக்கப்பட்டிருந்த காங்கிரஸ் தலைவர்கள் விடுதலை செய்யப்பட்டார்கள். காங்கிரஸ் சார்பில் காந்தியடிகள், சரோஜினி நாயுடு மற்றும் மதன்மோகன் மாளவியா ஆகியோர் மாநாட்டில் கலந்து கொள்ள தயாரானார்கள். மாநாட்டில் கலந்து கொள்வதற்கு

முன் காந்தியடிகள் அம்பேத்கரை சந்தித்து பேச விரும்பினார்.

அதனால் அம்பேத்கர் காந்தியடிகளை 14.08.1931 அன்று சந்தித்துப் பேசினார். அப்பொழுது தாழ்த்தப்பட்ட மக்களின் தீண்டாமைப் பிரச்சனையை காங்கிரஸ்காரர்கள் தீவிரமாக எடுத்துச் செயலாற்றவில்லை என்று அம்பேத்கர் குற்றம் சாட்டினார். தாழ்த்தப்பட்ட மக்கள் கோயிலுக்குள் நுழையத் தடையாக இருந்தவர்கள்தான் காங்கிரஸ் கட்சியில் உறுப்பினர்களாகவும், பெரிய பதவிகளில் இருப்பதாகவும் அம்பேத்கர் காந்தியிடம் கூறினார். தாழ்த்தப்பட்டவர்கள்

பிரச்சினையில் உயர்சாதிக்காரர்கள் மனம் மாறவில்லை என்பதையும், விலங்குகளை விட கீழான நிலையில் தாழ்த்தப்பட்ட மக்கள் நடத்தப்படுகிறார்கள் என்பதையும் சுட்டிக் காட்டினார்.

அம்பேத்கரின் கூற்றுகளைக் கேட்ட காந்தியடிகள் மனம் உருகினார். இதுவரை அம்பேத்கரை ஒரு பிராமணர் என்று எண்ணியிருந்த காந்தியடிகள் அவர் தாழ்த்தப்பட்ட இனத்தைச் சார்ந்தவர் என அறிந்து மகிழ்ந்தார். அம்பேத்கரின் கூற்றுப்படி தாழ்த்தப்பட்ட மக்களுக்கு சுதந்திரம் தேவை என்பதை ஒத்துக்கொண்ட காந்தியடிகள், சாதிய முறையை தகர்த்தெறிவதில் ஆர்வம் காட்டவில்லை. அவர் சாதிய முறையை ஆதரித்தார்.

பின்னர் 2-ஆம் வட்டமேசை மாநாட்டில் பேசிய அம்பேத்கர், தாழ்த்தப்பட்ட மக்களுக்கு தனித்தொகுதி தேவை என்று வாதிட்டார். அந்தக் கூட்டத்தில் பேசிய காந்தியடிகள், 'தாழ்த்தப்பட்டவர்களுக்கு தனித்தொகுதி தேவையில்லை. அவர்கள் இந்துக்களில் ஒருவர்தானே' என்றார். மதன்மோகன் மாளவியா, அரசாங்கம் படிப்பின்மையை அகற்றினால் தீண்டத்தகாதோர் என்ற சொல் மறைந்து விடும் என்றார்.

அவர்களுக்கும் பதிலளித்துப் பேசிய அம்பேத்கர் "நான் அமெரிக்க ஐக்கிய நாடுகள், பிரிட்டன், ஜெர்மனி ஆகிய நாடுகளுக்குச் சென்று உயர்கல்வி பயின்றுள்ளேன்". என்னை இன்னும் தீண்டத்தகாதவன் என்றுதானே கூறுகிறார்கள். தாழ்த்தப்பட்ட மக்களுக்கு காங்கிரஸ் பிரதிநிதியாகச் செயல் படவில்லை. திரு.காந்தி அவர்கள் தனது நிலையை நன்கு ஆராய்ந்து பார்ப்பாரேயானால் அவருக்கு உண்மை தெரியும். தாழ்த்தப்பட்ட மக்கள் பேராசை கொண்டவர்கள் அல்லர். தாழ்த்தப்பட்ட வகுப்பினர் அரசியல் அதிகார மாற்றத்திற்காகக் கூக்குரலிடவில்லை. தாங்கள் அதிகார மாற்றம் செய்வீர்களே-

யானால், அந்த அதிகார மாற்றம் ஒரு தன்னலக் குழுவின் கைகளில் போய்ச் சேரக்கூடாது. மக்கள்தொகை விகிதாச்சாரத்திற்கு ஏற்ப, அனைத்து இனத்தவராலும் அதிகாரங்கள் பகிர்ந்து கொள்ளப்பட வேண்டும். நானும் என் இனத்தவர்களும் எந்த நிலையில் நிற்கிறோம் என்று அறிந்து கொண்டாலொழிய, இதற்கு சரியான தீர்வு காண முடியாது" என்று அம்பேத்கர் உரையாற்றினார்.

தீண்டத்தகாதோர் உரிமைகளை காங்கிரஸ் மற்றும் முஸ்லீம் தலைவர்கள் கையில் ஒப்படைக்கக் கூடாது என்பதில் அம்பேத்கர் பிடிவாதமாக இருந்தார். மாநாட்டில் முஸ்லீம்களின் பிரச்சனைகள் அவர்கள் எதிர்பார்த்தபடி சாதகமாக முடிந்தாலும் தாழ்த்தப்பட்டவர்களின் பிரச்சனைகளுக்கு காந்தியடிகள் முட்டுக்கட்டை போட்டு வந்தார். அம்பேத்கரும் காந்தியாரும் இது பற்றி சர்ச்சை செய்து கொண்டனர். 05.11.1931-இல் ஐந்தாம் ஜார்ஜ் மன்னர் தனது பக்கிங்ஹாம் அரண்மனையில், வட்டமேசை மாநாட்டில் கலந்து கொண்வர்களுக்கு வரவேற்பினை அளித்தார். அங்கு நடந்த பேச்சு வார்த்தையில் அம்பேத்கர், தீண்டத்தகாதவர்களின் அவலநிலையைப் புள்ளி விபரங்களுடன் எடுத்துக் கூறியபோது பிரிட்டிஷ் மன்னர் தாழ்த்தப்பட்ட மக்களுக்கு இழைக்கப்படும் அநீதி குறித்தும், கொடுமைகள் குறித்தும் மிகுந்த வேதனையை வெளிக்காட்டினார்.

★ ★ ★

19. தனி இட ஒதுக்கீடுப் பிரச்சினையில் அம்பேத்கரின் வெற்றி

அரசியலிலும் அரசு அலுவல்களிலும் தாழ்த்தப்பட்டவர்களுக்கு இட ஒதுக்கீடு கேட்டது சாதி இந்துக்களின் கொடுமைகளில் இருந்து தங்களைக் காத்துக் கொள்ளும் பொருட்டே என்பதை 2-ஆம் வட்டமேசை மாநாட்டில் அம்பேத்கர் விளக்கினார். காந்தியடிகளும் அம்பேத்கரும் வட்டமேசை மாநாட்டில் தங்கள் கருத்துகளை ஆணித்தரமாக எடுத்துரைத்தனர். தாழ்த்தப்பட்டவர்களின் நலனை காந்தியடிகள் விரும்பினாலும் அவர்களுக்கு அளிக்கப்படும் தனிப் பிரதிநிதித்துவ முறையை எதிர்த்தார். இந்து மதத்தில் உள்ள சாதி அமைப்பு முறை மாறக்கூடாது என்றும் வேண்டுமானால் தாழ்த்தப்பட்ட இன மக்களை ஐந்தாவது வர்ணமாக சேர்த்துக் கொள்ளலாம் என்றும் கூறினார். இந்து மதத்தின் ஓர் அங்கமாகத்தான் அவர்கள் இருக்க வேண்டுமென்றும் தனிச் சலுகைகள் தேவையில்லையென்றும் காந்தியடிகள் வாதிட்டார்.

இந்துக்களிடமிருந்து தாழ்த்தப்பட்டோரைப் பிரித்தால், அது சமூகப் பிரிவினையை வளர்க்கும் என்றார் காந்தியடிகள். தாழ்த்தப்பட்டவர்களுக்காக தனித்துப் போராடுவதைத் தவிர்த்து அம்பேத்கர் நாட்டு விடுதலைக்காகப் போராடினால், பின்னர் தாழ்த்தப்பட்டவர்களைச் சமூகப் பொருளாதாரத் துறையில் உயர்த்திவிடுவது எளிதாகும் என்று காந்தியடிகள் கூறினார். அதற்கு மறுப்பு தெரிவித்த அம்பேத்கரிடம் காந்தியடிகள், "என் மீதும் காங்கிரஸ் மீதும் நீங்கள் வெறுப்படைந்துள்ளீர்கள். நீங்கள் பிறப்பதற்கு முன்பிருந்தே, எனது பள்ளிப்

படிப்பிலிருந்தே தாழ்த்தப்பட்டவர்களின் பிரச்சினைகள் குறித்து நான் சிந்தித்து வருகிறேன். காங்கிரஸ் இதுவரை, ரூ.24 இலட்சத்தை தாழ்த்தப்பட்டவர்களுக்காக செலவழித்து உள்ளது'' என்றார் காந்தியடிகள்.

அதற்கு அம்பேத்கர், ''நான் பிறப்பதற்கு முன்பிருந்தே எங்கள் இன மக்கள் குறித்து தாங்கள் சிந்தித்தது உண்மையே. 24 இலட்சம் ரூபாயை தாழ்த்தப்பட்ட மக்களுக்கு செலவு செய்ததால் எந்த நன்மையும் ஏற்படவில்லையே ? உண்மையில் அவர்கள் பிரச்சினையில் தங்களுக்கு அக்கறையிருந்தால், கதர் அணிவதை கட்டாயப்படுத்தியதைப் போல, தீண்டாமையை ஒழிக்கக் கட்டுப்பாடுகளை கட்சிக்குள் கொண்டு வந்திருக்கலாம். தீண்டாமை ஒழிப்புக்கு பாடுபட்டால்தான் கட்சியில் உறுப்பினர்களாக சேர முடியும் என்று நிபந்தனை விதித்திருக்கலாம். அப்படி தாங்கள் செய்திருந்தால் காங்கிரஸ் காரர்கள், எங்கள் இன மக்கள் ஆலயத்தில் நுழையும் போது எதிர்ப்பு தெரிவித்திருக்க மாட்டார்கள். எங்கள் இன மக்களும் அடிபட்டு ரத்தம் சிந்தியிருக்க மாட்டார்கள்'' என்று கூறினார். மேலும் தனக்கென்று தாய்நாடு எதுவும் கிடையாது என்று அம்பேத்கர் கூறியதைக் கேட்ட காந்தி, ''நீங்கள் சிறந்த தேசாபிமானி.'' நீங்கள் அப்படியெல்லாம் கூறக்கூடாது'' என்று கூறினார்.

அதற்கு பதிலளித்த அம்பேத்கர், ''இந்த நாட்டை நான் எப்படி என் தாய்நாடு என்று கூற முடியும்? இந்து மதம் என்னுடைய மதமென்று எவ்வாறு கூற இயலும்? இந்துக்கள் எங்களை விலங்குகளை விட கேவலமாக நடத்துகிறார்கள். எங்களுக்கு குடிப்பதற்குத் தண்ணீர் கொடுக்கக் கூட மறுக்கிறார்கள். தன்மான உணர்வுள்ள எந்தக் குடிமகனும் இந்த நிலையில், 'இது என் தாய்நாடு' என்று கூற மாட்டான்.

எங்கள் இனத்தைச் சேர்ந்த மக்களில் யாராவது தேசத் துரோகியாக மாறிவிட்டால், அதற்கு இந்த நாடுதான் பொறுப்பாகும் ; இந்த நாட்டிலுள்ள சாதிய இந்துக்கள்தாம்

காரணமாவர். பல நூற்றாண்டுகளாக அடிமைத் தளையில் உழன்று வரும் என் இன மக்களின் சமூக விடுதலைக்காக நான் எடுக்கும் முயற்சிகளை பாவச் செயலாக யாரும் கருதக்கூடாது. ஒரு பசுவுக்கும் அதன் கோமியத்திற்கும், கொடுக்கும் மதிப்பைக் கூட இந்துக்கள், தாழ்த்தப்பட்ட மக்களுக்கு கொடுப்பதில்லை. இந்நிலையில் தாழ்த்தப்பட்ட மக்களுக்கு தனித்தொகுதி கொடுக்காவிட்டால், அதை அரசியல் சுதந்திரம் என்று ஒத்துக் கொள்ள முடியாது." என்று மன உறுதியுடன் தன் கருத்துகளை யாருக்கும் அஞ்சாமல் முன் வைத்தார்.

பின்னர் இந்திய இனப்பிரிவு பற்றி பிரிட்டிஷ் பிரதமரின் தீர்ப்பு வழங்கப்பட்டது. அதன்படி மாகாண சட்டசபைகளில் தாழ்த்தப்பட்டோருக்கு தனி இடங்கள் ஒதுக்கப்பட்டன. இந்த நிகழ்வினை வார்த்தைகளில் எளிதாக எழுதிவிடலாம். ஆனால் அதற்காக அம்பேத்கர் எடுத்த முயற்சிகள், அடைந்த துன்பங்கள் எண்ணிலடங்காதவை. பிரிட்டிஷ் பிரதமரின் தீர்ப்போடு தனி இட ஒதுக்கீடு பிரச்சனை முடியவில்லை. வெற்றியடைந்த அம்பேத்கர் அதன் பின்னரும் தனி இட ஒதுக்கீடு பிரச்சனையில் பல்வேறு இன்னல்களைச் சந்தித்தார்.

★ ★ ★

20. பூனா ஒப்பந்தம்

தாழ்த்தப்பட்டோருக்கு தனி இட ஒதுக்கீடு அளித்ததை அரசியல் தலைவர்களும் பத்திரிகைகளும் எதிர்த்தன. காந்திஜியும் சாகும் வரை உண்ணாவிரதப் போராட்டத்தை ஆரம்பித்து விட்டார். பத்திரிகைகளும், பொது மக்களும் உண்ணாவிரதத்தைக் கைவிடுமாறு காந்திஜியிடம் கோரினர். "இந்து மதத்திற்கு இது ஒரு சோதனை" என்றும் காந்திஜியின் உயிர் காப்பாற்றப்பட வேண்டுமானால், அந்தத் தீர்ப்பு மாற்றியமைக்கப்பட வேண்டுமென்றும் டாக்டர் இராஜேந்திர பிரசாத் அறிக்கை விடுத்தார்.

'சாகும் உரை உண்ணாவிரதம்' போராட்டத்தை அறிவிக்கும் பொழுது காந்திஜி 'ஏரவாடா' சிறையில் இருந்தார். சிறையிலேயே அவர் தனது உண்ணாவிரதத்தை ஆரம்பித்து விட்டார். அம்பேத்கருக்கும் காந்திஜிக்கும் இடையே பேச்சு வார்த்தை நடந்தால், ஓர் உடன்பாடு ஏற்படும். அதனால் காந்திஜி தனது உண்ணாவிரதத்தைக் கைவிடுவார் என்று இந்துத் தலைவர்கள் ஒரு சிலர் எண்ணினர். அதன்படி இருவருக்கு மிடையே பேச்சு வார்த்தை நடைபெற ஏற்பாடு செய்யப்பட்டு அம்பேத்கரும் காந்திஜியைக் காண வந்தார். உண்ணா விரதத்தால் காந்திஜியின் உடல்நிலை பரிதாபமாகக் காணப்பட்டது. மனம் உருகினார் அம்பேத்கர். ஆனால் தன் இன மக்களுக்கு கிடைத்த வெற்றியை விட்டுக் கொடுக்க அவர் தயாராக இல்லை.

காந்திஜியின் உயிரைக் காப்பதற்காக பலவித மனப் போராட்டங்களுடன், அம்பேத்கர் தனி இட ஒதுக்கீடு

கொள்கையை விட்டுத்தர முடிவு செய்தார். அதற்காக பூனா ஒப்பந்தத்திற்கு ஒப்புக் கொண்டார். அந்த ஒப்பந்தத்தின்படி தாழ்த்தப்பட்ட மக்களுக்கான தனி இட ஒதுக்கீடு கைவிடப்பட்டது. சட்டசபையில் தாழ்த்தப்பட்ட வகுப்பினர்களுக்கு அதிக அளவு எண்ணிக்கையில் இடங்கள் வழங்க ஒப்புக் கொள்ளப்பட்டது.

பூனா ஒப்பந்தத்தின் படி தாழ்த்தப்பட்ட இன மக்களுக்கு 148 இடங்கள் ஒதுக்கப்பட்டன. பிரிட்டிஷ் பிரதமர் இனப் பிரதிநிதித்துவ அடிப்படையில் 78 இடங்களே வழங்கியிருந்தார். ஆனாலும் பூனா ஒப்பந்தம் இனப் பிரதிநிதித்துவ முறையில் அளிக்கப்பட்ட இரட்டை வாக்குரிமையைப் பறித்துக் கொண்டது. 148 இடங்கள் என்ற எண்ணிக்கை உயர்வு இரட்டை வாக்குரிமை இழப்பிற்கு ஈடாக முடியாது.

பூனா ஒப்பந்தத்தை தாழ்த்தப்பட்ட இன மக்கள் வெறுத்தனர். எனினும் பின்னர் இரு சாராராலும் அங்கீகாரம் அளிக்கப்பட்டு இந்திய அரசியல் நிர்ணய சட்டத்தில் உருப்பெற்றது. பூனா ஒப்பந்தம் கையெழுத்தானவுடன் தொகுதிகளின் எல்லைகளை நிர்ணயிக்கவும் ஒவ்வொரு தொகுதிக்கும் இடங்களின் எண்ணிக்கையை நிர்ணயிக்கவும் புதிய அரசியல் நிர்ணய சட்டத்தின் கீழ் ஏற்படவிருக்கும் சட்ட மன்றங்களுக்கான வாக்களிக்கும் முறையினைத் தீர்மானிக்கவும் ஹம்மாண்ட் குழு (Hammond Committee) நிர்ணயிக்கப்பட்டது.

டாக்டர் அம்பேத்கர், பண்டிட் மதன் மோகன் மாளவியா, எம்.ஆர்.ஜவஹர், பிர்லா, இராஜாஜி, இராஜேந்திர பிரசாத், ராஜ்பகதூர், இரட்டைமலை சீனிவாசன், எம்.சி.ராஜா ஆகியோர் பூனா ஒப்பந்தத்தில் கையெழுத்திட்டனர். பூனா ஒப்பந்தம் பிரிட்டிஷ் பார்லிமெண்டின் அங்கீகாரத்திற்கு அனுப்பப்படும் என்று பிரிட்டிஷ் அரசாங்கம் அறிவித்தவுடன் காந்திஜி உண்ணாவிரதத்தைக் கைவிட்டார்.

தாழ்த்தப்பட்ட மக்களின் உரிமைகளை இனிமேலும் தடுக்க முடியாது என்பதை பூனா ஒப்பந்தம் உணர்த்தியது. பூனா ஒப்பந்தத்திற்குப் பிறகு 'சமபந்திபோஜனம்' 'கோயில் நுழைவு' போன்ற நிகழ்வுகள் அடிக்கடி நடந்தன. காங்கிரஸ் கட்சியினர் தீண்டாமை ஒழிப்புப் பணியை பெருமளவில் மேற்கொண்டனர். காங்கிரஸின் "தீண்டாமை ஒழிப்பு லீக்" என்ற அமைப்பு 'ஹரிஜன் சேவா சங்கம்' எனப் பெயர் மாற்றம் செய்யப்பட்டது. தாழ்த்தப்பட்ட மக்கள் ஹரிஜனங்கள் எனப்பட்டனர். காந்தியடிகள் 'ஹரிஜன்' என்ற பத்திரிகையை நடத்தினார்.

கோயில் நுழைவும், சமபந்தி போஜனமும் தாழ்த்தப்பட்ட மக்களுக்கு நன்மையை உண்டாக்கிவிட முடியாது என்று அம்பேத்கர் எண்ணினார். அவர்களின் பொருளாதார நிலை மேம்பட வேண்டும் என்றும் அதற்கு ஹரிஜன் சேவா சங்கம் எந்தவொரு முயற்சியும் எடுக்கவில்லை என்பதையும் அம்பேத்கர் உணர்ந்தார். ஹரிஜன் சேவா சங்கம் காங்கிரஸின் ஓர் அங்கமாகவே செயல்பட்டு அம்பேத்கரை எதிர்த்து வந்தது. சாதிகள் இருக்கும் வரை தீண்டாமையை ஒழிக்க முடியாது என்று எண்ணிய அம்பேத்கர், பூனா ஒப்பந்தத்திற்குப் பிறகு இந்து மதத்திலிருந்து விலகுவது பற்றி யோசனை செய்து வந்தார். தன்னை விடுதலைக்கு எதிரியாகவும் இந்து மத பகைவனாகவும் சித்தரித்து வந்த பத்திரிகைகளின் விமர்சனம் பற்றி கவலைப்படாமல், தான் எடுத்துக் கொண்ட இலட்சியத்தை முடித்தே தீருவது என்ற முனைப்புடன் செயல்பட்ட அம்பேத்கர், மூன்றாம் வட்ட மேசை மாநாட்டில் கலந்து கொண்டார்.

***

21. இராஜகிருஹம்

அம்பேத்கர், அதிகளவில் புத்தகங்களை படிக்கும் பழக்கமுள்ளவர். தாம் சேர்த்து பாதுகாத்து வந்த புத்தகங்களை நூலக அமைப்பில் வைப்பதற்காக புதிய வீடு கட்டும் எண்ணம் அவருக்கு உருவானது. அதற்கான வரைபடங்களைத் தாமே தீட்டினார். 1934-இல் மும்பை அரசு சட்டக் கல்லூரியில் பகுதி நேர பேராசிரியராக பணியில் சேர்ந்தார். நூலக அமைப்புடன் கூடிய வீட்டைக் கட்டுவதற்கு பணம் தேவைப்பட்டதால் அந்தப் பணியில் சேர்ந்தார். வாழ்க்கை வசதிக்காக அல்லாமல், நூல்களுக்காகவே வீட்டைக் கட்டிய பெருமையுடையவர் அம்பேத்கர். அவர் இலட்சியப்படி அமைந்த அந்த மாளிகைக்கு 'இராஜகிருஹம்' எனப் பெயர் சூட்டினார். வழக்கறிஞர் தொழிலையும் மேற்கொண்டு செய்து வந்தார். அம்பேத்கரின் மனைவி இராமாபாய் அந்த மாளிகையில் கூச்சத்துடனே வாழ்ந்து வந்தார்.

தன் கணவர் பொது வாழ்வில் ஈடுபட்டதால் குடும்பத்தின் வறுமையை வெளியே காட்டிக் கொள்ளாமல் வாழ்ந்து வந்த இராமாபாய், இராஜகிருஹத்தில் அதிக நாட்கள் வாழவில்லை. வறுமையால் ஏற்கனவே சீர்கெட்டிருந்த உடல்நிலை மிகவும் மோசமாகி, 27.05.1935 அன்று இவ்வுலக வாழ்வை நீத்தார். அம்பேத்கர் மிகவும் மனம் தளர்ந்து விட்டாலும், தன் இன மக்களின் நன்மை கருதி மீண்டும் உழைக்கத் தொடங்கினார். 01.06.1935 அன்று மும்பை அரசு சட்டக்கல்லூரியில் முதல்வராகப் பணியேற்றார். மன உறுதியுடன் பதவியை ஏற்றுக் கொண்டாலும் துக்கத்தை அவரால் அடக்க முடியவில்லை.

★★★

22. ஏலா மாநாடு

பூனா ஒப்பந்தம் ஏற்படுவதற்கு முன் காந்திஜி உண்ணாவிரதம் இருந்தார். அந்த சமயத்தில் காங்கிரஸ் தலைவர்கள் தாங்களே கோயிலைத் திறந்து ஹரிஜனங்கள் உள்ளே சென்று வழிபட வகை செய்தனர். காசியில் உள்ள பனாரஸ் இந்து பல்கலைக்கழக முதல்வர் திருதுருவா அவர்கள் தானே தெருவை சுத்தம் செய்ததுடன், செருப்புத் தொழிலாளி, துப்புரவுத் தொழிலாளி ஆகியோருடன் சேர்ந்து சமபந்தி போஜனம் செய்தார். பொதுக்குளங்கள் மற்றும் கிணறுகள் ஹரிஜன மக்கள் உபயோகத்திற்கு அனுமதிக்கப்பட்டது.

பள்ளிகளில் சாதி வேறுபாடு மறைந்து மாணவர்கள் ஒன்றாக அமர வைக்கப்பட்டனர். எல்லாம் எதுவரை? காந்திஜி உண்ணா- விரதத்தை கைவிடும் வரை. பின்பு பழையபடி சாதித் துவேஷம் தலைகாட்ட ஆரம்பித்து விட்டது. அதனால் அம்பேத்கர் சாதிகளே இல்லாத மதத்தில் சேருவதென்ற முடிவுக்கு வந்தார்.

மகாத் நகர சௌதார் குளப் போராட்டம் பற்றிய வழக்கிற்காக அடிக்கடி மகாத் நகரத்திற்கு அம்பேத்கர் சென்று வந்தார். அந்தப் போராட்டம் 1927-இல் நடந்தது. இந்த வழக்கு நீண்ட வருடங்களாக நடந்து வந்தது. ஒரு முறை (1935-இல்) இந்த வழக்கிற்காக அம்பேத்கர் சென்ற போது பெருமழை காரணமாக ஆற்றில் வெள்ளம் கரைபுரண்டோடியது. அதனைக் கடந்துதான் மகாத் நகருக்குச் செல்ல வேண்டும். அதனால் ஆற்றின் இக்கரையிலேயே அம்பேத்கர் இரண்டு நாட்கள் தங்க நேர்ந்தது. அந்த 2 நாட்களும் அம்பேத்கர் உணவும், உறைவிடமும், உறக்கமும் இன்றி தவித்தார். ஏனெனில் அங்கு வசித்தவர்கள் அனைவரும் மேல்சாதி இந்துக்களே. ஒரு மனிதன் உணவும் உறைவிடமும் இன்றி தவித்தாலும் பரவாயில்லை சாதித் தீட்டு தங்களை அணுகக் கூடாது என்று எண்ணினார்கள் அந்த ஊர் மக்கள்.

ஒரு மனிதனை பட்டினியால் தவிக்க விடுவது அவர்களுக்குப் பாவமாகத் தெரியவில்லை. அவருக்கு உணவளிப்பதுதான் அவர்களுக்குப் பாவமாகத் தெரிந்திருக்கிறது. புற்றுநோய் வந்தால் அந்நோய் வந்த மனிதன் மட்டும்தான் அழிவான். ஆனால் தீண்டாமை என்ற புற்றுநோய் ஒரு சமூகத்தையே அழிக்கவல்லது. இது புரியாத மனிதர்களின் மதத்தில் இருப்பதை விட வேறு மதத்தில் சேர்ந்து விடலாம் என்று எண்ணிய அம்பேத்கரின் எண்ணங்களுக்கு இந்நிகழ்வு வலுவூட்டியது. இந்த வேதனை யுடனேயே மகாத் நகருக்குச் சென்று திரும்பிய அம்பேத்கரை அவரது நண்பர்கள் ஆறுதல் கூறி தேற்றினர். ஏற்கனவே அவர் இனத்தைச் சேர்ந்த ஒரு சில மக்கள் இஸ்லாம் மதத்திற்கு மாறிவிட்டனர். அப்போது இந்துக்கள் தங்கள் கோரிக்கை களுக்கு செவி சாய்ப்பார்கள் என்று நம்பி அவர்களைத் தடுக்க முயற்சி செய்த அம்பேத்கர் இப்போது தனது நம்பிக்கையை இழந்தார். அதன் காரணமாக ஒரு மாநாட்டைக் கூட்ட தீர்மானித்தார்.

1935-இல் நாசிக் மாவட்டத்திலுள்ள 'ஏலா' என்னும் இடத்தில் அம்பேத்கர் ஒரு மாநாட்டைக் கூட்டினார். அம்மாநாட்டில், பல்வேறு பகுதிகளிடமிருந்து பத்தாயிரத்திற்கும் மேற்பட்ட பிரதிநிதிகள் கலந்து கொண்டனர்.

தாழ்த்தப்பட்டோரை எந்தத் துறையிலும் முன்னேற விடாமல் சாதி இந்துக்கள் துன்பப்படுத்தி வருகின்றனர். பிறப்பினால் இந்துக்களாக இருப்பதால்தான் இத்தனை துன்பங்களையும் நாம் அனுபவித்து வருகிறோம். ஆகவே இந்து மதத்தை விட்டு, சாதிகளே இல்லாத, நமக்கு சம மரியாதை தரக்கூடிய வேறு மதத்திற்கு நாம் மாறிவிட்டால் என்ன? மனிதனுக்காகத்தான் மதமே தவிர, மதத்திற்காக மனிதன் இருக்கக்கூடாது. சத்தியமாகச் சொல்கிறேன். நான் இந்துவாகச் சாகமாட்டேன். ஐந்து ஆண்டுகளாக நாசிக் இராமர் கோயில் நுழைவிற்காகப் போராடினோம். பலன் ஒன்றுமில்லை. இனி அந்த எண்ணத்தைக் கைவிட்டு விடுங்கள்" என்று அம்பேத்கர் அந்தக் கூட்டத்தில் பேசினார்.

அவரது அந்த உரை நாடு முழுவதிலும் உள்ள அரசியல் கட்சிகளையும் சமூக ஸ்தாபனங்களையும் நடுங்கச் செய்தன. பல்வேறு மதத்தலைவர்களிடமிருந்தும் தங்கள் மதத்திற்கு வந்து விடும்படி அவருக்கு அழைப்புகள் வந்தன. பிரபல முஸ்லீம் தலைவர் கே.எல்.கௌபா, மும்பை கிறித்துவ பாதிரியார் பேட்டலே, காசியிலுள்ள புத்தமத சங்க செயலர் மாபோதி, சீக்கியர்கள் சார்பாக சர்தார் தலிப் சிங்தோபியோ போன்றோர் அவருக்கு அழைப்பு விடுத்திருந்தனர்.

அம்பேத்கரின் உரையைக் கேள்விப்பட்ட காந்தியடிகள், "ஒருவர் தன் விருப்பம் போல் மாற்றிக் கொள்ள மதம் என்பது ஒரு வீடோ அல்லது ஓர் ஆடையோ அன்று. அது இணைபிரியாத ஒன்று." "மதமாற்றத்தால் எந்த மாறுதலும்

ஏற்படப்போவதில்லை" என்று அறிக்கை விடுத்தார். பிரபல இந்து மத போதகர் மதுர்கர் மகராஜ் என்பவர், "தாழ்த்தப்பட்டவர்கள் வேறு மதங்களுக்கு மாறிவிட்டால் இந்து மதம் அழிந்து போகும். எனவே தாங்கள் எடுத்த முடிவை மாற்றிக் கொள்ளுங்கள்" என்று வேண்டுகோள் விடுத்தார். அதற்கு அம்பேத்கர், "இந்தியா இந்துக்கள் நாடாக இருக்க வேண்டுமானால் அதற்காக உயர்சாதி இந்துக்கள்தாம் பாடுபட வேண்டும். இந்து சமூக முறைக்கு 'மனுஸ்மிருதி' வேர் போல் உள்ளது. மனுஸ்மிருதியில் வருணாசிரம பேதங்கள் கற்பிக்கப் பட்டுள்ளன. மனுஸ்மிருதி இருக்கும் வரை ஏற்றத்தாழ்வுகளும், தீண்டாமையும் இருந்துகொண்டேதான் இருக்கும்" என்று பதிலளித்தார்.

அதே சமயம் அவரை நாசிக்கிலிருந்து இந்து மத பிரதிநிதிக் குழு ஒன்று சந்திக்க வந்தது. அவர்களிடம் அம்பேத்கர், "நான் இன்னும் 5 ஆண்டுகள் காத்திருக்கிறேன். அதற்குள் தாழ்த்தப் பட்டவர்களின் நிலை உயர மேல்சாதி இந்துக்கள் வழிவகை செய்ய வேண்டும். தாழ்த்தப் பட்டவர்களின் நிலை அனைத்துத் துறையிலும் உயர்ந்தால், எனது கருத்தினை நான் மறுபரிசீலனை செய்கிறேன்" என்றார். ஒரு சிலர் அம்பேத்கரின் அறிவிப்பு வெறும் கண்துடைப்பு, மேல் சாதி இந்துக்களை பயமுறுத்துவதற்காக உருவாக்கப்பட்ட நாடகம் என்று விமர்சனம் செய்தனர். அதைக் கேள்விப்பட்ட அம்பேத்கர் மனம் வருந்தினார். இருப்பினும் அவரது செயல்பாடுகள் சுறுசுறுப்புடன் நடந்தன.

★★★

23. சுதந்திர தொழிலாளர் கட்சி உதயம்

பிரிட்டிஷ் அரசாங்கம் 1937-இல் மாகாண சட்டசபைக்கு தேர்தல் நடத்தப்படும் என்று அறிவித்தது. பூனா ஒப்பந்தக் கொள்கைகளை காங்கிரஸார் சரிவர செயல்படுத்தாதினால், அம்பேத்கர் மன வருத்தமடைந்திருந்தார். அதே நேரத்தில் தேர்தல் அறிவிப்பும் வெளிவந்தது. உடனே, தனது நண்பர்களையும் ஆதரவாளர்களையும் ஒன்று திரட்டி 'சுதந்திர தொழிற்கட்சி' என்ற பெயரில் 1936-இல் அம்பேத்கர் புதிய கட்சியைத் தொடங்கினார். அம்பேத்கர் மும்பையின் அனைத்து மாவட்டங்களிலும் சுற்றுப்பயணம் செய்து, தனது கட்சியின் நோக்கம் மற்றும் குறிக்கோள்களை விளக்கினார். அவருடன், பிற கட்சித் தலைவர்களான எல்.பி.போபட்கர், என்.சி.கேல்கர் போன்றோரும் இணைந்தனர்.

அந்தத் தேர்தலில் அம்பேத்கர் நிறுத்திய 17 பேரில் 15 பேர் வெற்றி பெற்றனர். காங்கிரஸ் அமைத்த மந்திரி சபையில்

பி.ஜி.கெர் முதலமைச்சராகவும் அம்பேத்கர் எதிர் கட்சித் தலைவராகவும் செயல்பட்டனர். தொழிலாளர்களின் பாதுகாவலராக அம்பேத்கர் செயல்பட்டார்.

இந்தியாவிற்கு முழு விடுதலை அளிப்பதென இங்கிலாந்து பிரதமர் அட்லி பிரபு ஒப்புக் கொண்டார். அதற்கென பேச்சுவார்த்தை நடத்த வந்த மூவர் குழுவினரை அம்பேத்கர் சந்தித்தார். தாழ்த்தப்பட்டவர்களின் சார்பாக தான் உழைத்தாலும், இந்த நாட்டு விடுதலைக்குத் தாங்கள் தடையாக இருக்கவில்லை என்பதை விளக்கினார். தாழ்த்தப்பட்ட மக்களின் நியாயமான கோரிக்கைகள் அடங்கிய விண்ணப்பத்தையும் அளித்தார். இந்தக் கோரிக்கைகளை நிறைவேற்றும் உத்திரவாதம் புதிய அரசியலமைப்புச் சட்டத்தில் இடம் பெற வேண்டும் என்று கோரினார்.

மூவர் குழுவின் அறிவிப்பைத் தொடர்ந்து இந்தியாவில் இடைக்கால மந்திரிசபை அமைப்பதற்கான சட்டம் பிரிட்டிஷ் பாராளுமன்றத்தில் நிறைவேற்றப்பட்டது. இடைக்கால மந்திரி சபையின் பிரதமராக ஜவஹர்லால் நேரு பொறுப்பேற்றார். டாக்டர் இராஜேந்திர பிரசாத் அரசியல் நிர்ணய சபையின் தலைவராகத் தேர்ந்தெடுக்கப்பட்டார். அரசியல் நிர்ணய சபையில் பண்டித நேரு உணர்ச்சிப் பிழம்பாக உரையாற்றினார். அந்தக் கூட்டத்தில் அம்பேத்கர் ஆற்றிய உரை அனைவரது கவனத்தையும் ஈர்த்தது. ஓர் இனத் தலைவராக நின்று போராடினாலும் தனது ஆழ்மனத்தில் தேசிய ஒற்றுமை உணர்வை அவர் தேக்கி வைத்திருந்தது அந்த உரையின் மூலமாகப் புலப்பட்டது. அவரின் உரையை சரோஜினிநாயுடு பாராட்டினார்

அரசியலமைப்புச் சபையிலுள்ள அடிப்படை உரிமைக் குழுவின் உட்பிரிவான சிறுபான்மையோர் குழுவில் அம்பேத்கர் உறுப்பினராக இருந்தார். அப்பொழுது தம் இன மக்களின் உரிமைகோரும் மனுவாக மாதிரி அரசியலமைப்பு

ஒன்றை உருவாக்கி சமர்ப்பித்தார். அதில் தாழ்த்தப் பட்டவர்களுக்கான இட ஒதுக்கீட்டையும் தனித் தொகுதி முறையையும் அவர் வற்புறுத்தியிருந்தார்.

'இரும்பு மனிதர்' என்று போற்றப்பட்ட சர்தார் வல்லபாய் படேல் வியக்கும் வண்ணம் அம்பேத்கர் மன உறுதி யுடையவராய் இருந்தார். படேலுக்கு அம்பேத்கர் எழுதிய கடிதத்தில், "தனிப்பட்ட மனிதர்கள் எவ்வளவு பெரியவர் களாயிருந்தாலும், அவர்களை விட நாடு பெரியது. காங்கிரஸ்காரராக இல்லாமலேயே, சிறந்த தேசப் பற்றுள்ளவர்களாக எவரும் இருக்க முடியும். காங்கிரஸ் தலைவர்களை விட நான் தேசப்பற்றில் பின் தங்கியவன் அல்லன். இந்திய நாட்டில் பிறந்த அனைவருக்கும் சம நீதியும், உரிமைகளும் கிடைக்க வேண்டும் என்று போராடியதால், எனது தேசப்பற்றை சந்தேகிக்கிறார்கள்" என்று எழுதியிருந்தார். விடுதலைக்குப்பின் இந்திய நாடு மீண்டும் தீண்டாமை கொடுமைகளுக்கு ஆளாகிவிடக் கூடாது என்பதில் உறுதியாக இருந்த அம்பேத்கர் மிகுந்தத் துணிவுடன் உரிமை போராட்டங்களைத் தொடர்ந்து நடத்தினார்.

★ ★ ★

24. அரசியல் சட்ட வரைவுக் குழுத் தலைவராக அம்பேத்கர்

இந்தியாவிற்கு 1947-ஆம் ஆண்டு ஜூன் மாதத்திற்குள் முழு அதிகாரங்களுடன் ஆட்சி அளிக்கப்படும் என்று பிரிட்டன் அறிவித்தது. சுதந்திர இந்தியாவின் முதல் மந்திரி சபையின் உறுப்பினர்களின் பெயர்கள் 1947 ஜூலை நான்காம் வாரத்தில் அறிவிக்கப்பட இருந்தது. பண்டித நேரு, சர்தார் வல்லபாய் படேல், எஸ்.கே.பட்டேல் ஆகியோர் சட்ட அமைச்சராக அம்பேத்கரை

நியமனம் செய்ய வேண்டும் என முடிவு செய்தனர். டாக்டர் அம்பேத்கர் தங்கியிருந்த அறைக்கு நேரு அவர்கள் நேரடியாக சென்று அம்பேத்கரை சம்மதிக்க வைத்தார்.

ஆகஸ்ட் 15-ஆம் தேதி இந்தியா சுதந்திரம் பெற்றது. சுதந்திர இந்தியாவின் கவர்னர் ஜெனரலாக மவுண்ட்பேட்டன் தொடர்ந்து இருக்க சம்மதித்தது. பிரதமராக ஜவஹர்லால் நேருவும், உள்துறை அமைச்சராக சர்தார் வல்லபாய் படேலும், சட்ட அமைச்சராக அம்பேத்கரும் பொறுப்பேற்றுக்

கொண்டனர். சட்ட அமைச்சராக இருந்த அம்பேத்கர் இந்திய அரசியல் சட்ட வரைவுக்குழுத் தலைவராக தேர்ந்தெடுக்கப் பட்டார். அம்பேத்கர் ஒரு சிறந்த சட்ட நிபுணர் என்பதை நிரூபிக்கும் வாய்ப்பாக இது அமைந்தது.

அம்பேத்கருக்கு இந்த வாய்ப்பு கிடைத்தது குறித்து பலரும் மகிழ்ந்தனர். அம்பேத்கர் முழு ஆர்வத்துடன் தம் பணியை மேற்கொண்டு உழைத்தார். அவர் அன்றிருந்த அரசியல் சூழ்நிலைக்கு ஏற்ற வகையில் பல பிரச்சினைகளையும் ஆராய்ந்து, அரசியல் அமைப்பை இயற்றியதால் தம்முடைய கொள்கைகளில் சிலவற்றை விட்டுக் கொடுக்க வேண்டியிருந்தது.

1948-ஆம் ஆண்டு நவம்பர் 4-ஆம் தேதியன்று அரசியலமைப்பு நகலில் உள்ள ஒவ்வொரு விதியையும் தக்க விளக்கங்களுடன் பாராளுமன்ற ஒப்புதலுக்கு சமர்ப்பித்தார். அதில் உறுப்பினர்கள் பல மாற்றங்களை கொண்டு வந்தனர். இறுதியில், எந்த மாற்றத்தை எடுத்துக் கொள்வது அல்லது எந்த மாற்றத்தை மறுப்பது என்பது அம்பேத்கரின் முடிவுக்கே விடப்பட்டது. அம்பேத்கர் ஏற்கும் முடிவைத்தான் சபை ஏக மனதாக ஏற்றுக்கொண்டிருந்தது. அவரை முன்னோடியாகக் கொண்டு சபையின் முடிவுகள் அமைந்திருந்தன. அவர் ஏற்றுக் கொள்ளாத விதிகள் விவாதத்திற்கு வந்த போது அவற்றை காங்கிரஸ் இயக்கத் தலைவர்கள் முடிவிற்கும், பெரும்பான்மை உறுப்பினர்கள் முடிவிற்கும் விட்டு விட்டு அம்பேத்கர் சபையை விட்டு வெளியே வந்து விடுவார். இம்மாதிரி சில கட்டங்கள் ஏற்பட்டன.

தீண்டாமை, கொத்தடிமை, பெண்ணடிமை போன்ற வற்றை ஒழித்தல், குழந்தைத் தொழிலாளர் முறையை ஒழித்தல் போன்றவற்றிற்காக சட்டங்கள் கொண்டு வந்தார். அவற்றை

மீறுவோர்க்கு தண்டனை அளிக்கக்கூடிய சட்டங்களையும் கொண்டு வந்தார். குழந்தைகளுக்கு 14 வயது வரை கட்டாயக் கல்வியை அளிக்கும் அரசியலமைப்பு சட்டம்-48-ஐ உருவாக்கியது போற்றத்தக்கதாகும். இதனால் இந்தியாவில் சூத்திரர்களும் தாழ்த்தப்பட்டவர்களும் கல்வி கற்கக் கூடாது என்றிருந்த கொடிய அநீதிக்கு முற்றுப்புள்ளி வைத்தார்.

தலைமைச் சிற்பியாக இருந்து அரசியல் அமைப்பை வடித்துக் கொடுத்த அம்பேத்கரின் ஆழ்ந்த அறிவு அனைவராலும் பாராட்டப் பெற்றது. "அரசியலமைப்பை எழுதியதன் மூலமாக நான் இந்துக்களை சாந்தப்படுத்தினேன். அவர்கள் 20 ஆண்டுகளாக என்னையும் எனது கட்சியையும் தேச விரோத சக்தியாக பாவித்து வந்தனர். நாங்களும் உண்மையான தேசியவாதிகள்தாம். எங்களுடைய இயக்கமும் தேசிய உணர்வுள்ள இயக்கம்தான். புதிதாகப் பெற்ற சுதந்திரத்தைக் காப்பதும், ஒன்றுபடுத்துவதும்

எங்களுடைய இறுதி நோக்கமாகும்" என்று அம்பேத்கர் தனக்காக நடந்த பாராட்டு விழாவில் கூறினார்.

அரசியல் அமைப்புச் சபையின் தலைவர் திருஇராஜேந்திர பிரசாத் அம்பேத்கரின் பணிகளைப் பாராட்டி உரையாற்றும் பொழுது," அம்பேத்கர் அவர்களை தேர்ந்தெடுத்தது எவ்வளவு பொருத்தம் என்பதை மெய்ப்பிப்பது மட்டுமல்லாமல், அந்தப்

பதவிக்கு மேலும் பெருமை சேர்க்கும் வகையிலும் அவர் பணியாற்றியுள்ளார்" என்று புகழாரம் சூட்டினார். அம்பேத்கர் உருவாக்கிய அரசியலமைப்புச் சட்டத்தில் பல்வேறு சிறப்பு அம்சங்கள் இருந்தன.

உலகிலேயே முதன்முதலாக எழுத்துருவம் பெற்ற சட்ட அமைப்பு அம்பேத்கர் உருவாக்கிய இந்திய அரசியலமைப்புதான். இது மிகவும் எச்சரிக்கையுடன் கூடிய வாக்கிய அமைப்புகளை உடையது. காலத்திற்கேற்ற திருத்தங்களை ஏற்றுக்கொள்ள வகையுள்ள அரசியலமைப்பாகும். 25.11.1949-இல் அரசியல் சாசன சபையில் இந்த அரசியலமைப்பு மசோதா ஏற்றுக் கொள்ளப்பட்டது. அம்பேத்கர் 'நவீன மனு" எனப் பாராட்டப் பெற்றார். அவரது பணியைப் பாராட்டி அவர் பயின்ற அமெரிக்க கொலம்பியா பல்கலைக்கழகமும் இந்தியாவிலுள்ள உஸ்மானியா பல்கலைக்கழகமும் அவருக்கு 'டாக்டர்' என்ற பட்டத்தை வழங்கின.

★ ★ ★

25. அம்பேத்கரின் இறுதி நாட்கள்

இந்திய அரசியலமைப்பு சட்டத்தை எழுதி முடித்து, பாராளுமன்ற விவாதத்திற்கு விட்டு விட்டு ஓய்வு எடுப்பதற்காக மும்பை திரும்பினார் அம்பேத்கர். அவர் உடல்நலம் பெரிதும் பாதிக்கப்பட்டதால் மருத்துவமனை ஒன்றில் சேர்ந்து சிகிச்சை எடுத்துக் கொண்டார். அங்கு அவர் தகுந்த துணையில்லாமல் அவதிப்பட்டுக் கொண்டிருந்ததைக் கண்டு, 'சவீதா கபீர்' என்ற பெண் மருத்துவர் அம்பேத்கரின்  தேவைகளைக் கவனித்துக் கொண்டார். திருமண வயதைக் கடந்துவிட்ட அந்தப் பெண்மணி அம்பேத்கரின் கடைசிக் காலங்களில் அவருக்குத் துணையாக இருக்க முடிவு செய்தார். அம்பேத்கர் முதலில் தயங்கினாலும் பின்னர் சம்மதித்தார். 1948-இல், அதாவது தனது 56-ஆவது வயதில் அந்தப் பெண்மணியை அம்பேத்கர் திருமணம் செய்து கொண்டார்.

1951-இல் அம்பேத்கர் தனது அமைச்சர் பதவியை இராஜினாமா செய்தார். அவர் உருவாக்கிய அரசியல் சட்டப்படி 1952-இல் நடந்த பொதுத்தேர்தலில் மும்பையில் போட்டியிட்ட அம்பேத்கர் தோல்வியுற்றார். பின்னர் 1954-இல் நடந்த நாடாளுமன்ற இடைத்தேர்தலிலும் தோல்வியுற்றார். இதனால்

மனம் தளர்ந்தாலும், மக்கள் நலனுக்காக உழைப்பதில் தன் கவனத்தை அவர் சிதறவிடவில்லை.

1935-இல் நடந்த நாசிக் மாநாட்டிலேயே மதம் மாற்றம் பற்றி அம்பேத்கர் உரையாற்றியிருந்தார். இருப்பினும் புதிய சமயத்தை தேர்ந்தெடுப்பதில் ஆழ்ந்து சிந்தித்து பல்வேறுபட்ட மத நூல்களையெல்லாம் படித்த அவர் இறுதியில் புத்த மதத்தில் சேர்வதென தீர்மானித்தார். 14.10.1956-இல் அம்பேத்கரும் அவரது இரண்டாவது மனைவியுமான சவீதா கபீரும் புத்த மதத்தில் சேர்ந்தனர். 16.10.1956-இல் சந்திரபூரில் நடந்த புத்தமதக் கூட்டத்தில் அம்பேத்கர் 'புத்தமதம் உயர்வானது' என்று உரையாற்றினார். 1956- நவம்பரில் நேபாளத்திலுள்ள காட்மண்டுவில் கூடிய புத்தமத மாநாட்டில் உரையாற்றினார். நேபாளத்தில் நடந்த புத்தமதக் கூட்டங்களில் எல்லாம் ஓய்வின்றி பேசிய அம்பேத்கரின் உடல்நிலை பெரிதும் பாதிக்கப்பட்டது. நேபாளத்திலிருந்து டெல்லி திரும்பிய அம்பேத்கர் அலிப்பூர் சாலையில் தங்கியிருந்தார். அவரது மனைவி மருத்துவர் என்பதால் அவரை கண்ணுங்கருத்துமாகக் கவனித்துக் கொண்டார்.

உடல்நிலை சரியில்லாத போதும், அம்பேத்கர் மிகவும் சிரமப்பட்டு, 'புத்தரும் அவரது போதனைகளும்', 'புத்தரும் காரல்மார்க்சும்', 'இந்தியாவில் நடந்த புரட்சிகளும் எதிர் புரட்சிகளும்' என்ற மூன்று நூல்களையும் எழுதி முடித்தார். 1956-டிசம்பர் 5-ஆம் நாள் அம்பேத்கரின் உடல்நிலை மிகவும் மோசமானது. பௌத்த துறவிகள் அவருடன் அமர்ந்து திரிசரணங்களைக் கூறினர். இருப்பினும் மிகவும் சிரமப்பட்டு, பாரத நாட்டிலுள்ள ஒடுக்கப்பட்ட மக்கள் நிலை குறித்து தோழர் எஸ்.எம்.ஜோஷிக்கும், பர்மா அரசாங்கத்திற்கும் கடிதங்கள் எழுதிவிட்டுத்தான் உறங்கச் சென்றார். மீண்டும் கண் விழிக்காமலேயே மீளா உறக்கத்திற்கு ஆளாகிவிட்டார் அம்பேத்கர். ஓய்வில்லாமல் உழைத்த அம்பேத்கரின் உடல்

ஓய்ந்து கிடந்தது. அவரின் மறைவுச் செய்தி நாடெங்கிலும் பரவியது. டில்லியில் அவர் தங்கியிருந்த வீட்டின் முன் ஏராளமானோர் கூடிவிட்டனர். பண்டித நேரு, ஜகஜீவன்ராம், பண்டிட் கோவிந்த வல்லபந்த் போன்ற சான்றோர்கள் பலரும் அவருக்கு இறுதி மரியாதை செலுத்தினர். பின்னர் மாலை (6.12.1956) 4 மணியளவில் இறுதி ஊர்வலம் புறப்பட்டு டில்லி விமான நிலையத்திற்கு இரவு 9 மணியளவில் போய்ச் சேர்ந்தது. அங்கிருந்து விமானம் மூலம் அம்பேத்கரின் புனித உடல் மும்பை விமான நிலையத்திற்குக் கொண்டு வரப்பட்டது. அங்கிருந்து, அம்பேத்கரின் இல்லமாகிய இராஜகிருஹத்திற்கு அவரின் உடல் எடுத்துச் செல்லப்பட்டது.

அன்றைய தினம் மும்பையிலுள்ள அனைத்து தொழில் நிறுவனங்களும் மூடப்பட்டன. மும்பை, நாக்பூர், சோலாப்பூர் முதலிய இடங்களிலிருந்து தொழிலாளர்கள், அரசியல் தலைவர்கள், பொதுமக்கள் என ஆயிரக்கணக்கானோர் திரண்டு வந்து அவர் உடலுக்கு இறுதி மரியாதை செய்தனர்.

மும்பை தாதர் இந்து மயானத்திற்கு அம்பேத்கர் உடல் எடுத்துச் செல்லப்-பட்டது. அவர் மகன் யஷ்வந்த் சிங் இறுதி சடங்கை நிறைவேற்றினார். அங்கு கூடியிருந்த ஐந்து லட்சத்திற்கும் மேற்பட்ட மக்களை சமாளிக்க முடியாமல், போலீஸார் திணறினர். அம்பேத்கருக்கு இராணுவ மரியாதை அளிக்கப்பட்டது. அரசுப் பதவியில் இல்லாத ஒருவருக்கு இது போன்ற அரசு மரியாதை செய்யப்பட்டது மும்பையில் அதுவே முதல் தடவையாகும்.

அம்பேத்கர் மறைவிற்குப் பின் நடந்த பாராளுமன்ற கூட்டத்தில் அவர் மறைவுக்கு இரங்கல் தெரிவிக்கப்பட்டது. அப்போது நேரு அவர்கள், "வருங்கால சந்ததியினர் டாக்டர் அம்பேத்கரை நினைவில் வைத்திருப்பார்கள். ஏனென்றால், தாழ்த்தப்பட்டவர்களை ஒடுக்கி, ஒதுக்கி வந்த சமுதாயத்திற்கு, ஒரு புரட்சியின் சின்னமாக அவர் விளங்கினார். சில சமயங்களில் சர்ச்சைக்குரிய பெரிய விஷயங்களுக்காக விட்டுக் கொடுக்கவும் செய்தார். இந்திய அரசியலமைப்பை உருவாக்க அரும்பாடுபட்ட அவர் ஆத்மா சாந்தியடைவதாக!" என்று உரையாற்றி விட்டு பாராளுமன்ற கூட்டத்தை ஒரு நாள் தள்ளி வைத்தார்.

வாழ்க்கையில் முக்கால் பாகம் போராட்டங்களையே சந்தித்து வந்த அம்பேத்கர், அவருடைய சமகாலத்தில் வாழ்ந்தவர்கள் அதிக நாள் வாழ்ந்து சாதித்ததை விட அதிகமாக சாதித்தார் என்பதில் மிகையொன்றுமில்லை. அம்பேத்கர் என்ற மாமனிதர் தோன்றி மறைந்து விட்டாலும் அவர் புகழ் என்றும் மறையாது!.

பின்இணைப்பு
அம்பேத்கரின் வாழ்க்கைக் குறிப்புகள்

1891 - ஏப்ரல் 14 அம்பேத்கர் பிறந்தார்.

1894 - ராம்ஜி, மராட்டிய மாநில ரத்தினகிரி மாவட்டம் தபோலிக்கு அருகிலிருந்த அம்பவாடி என்னும் சொந்த ஊருக்கு வந்து சேர்ந்தார். மகனுக்குத் தன் பெயரையும் ஊர்ப்பெயரையும் சேர்த்து, பீம்ராவ் ராம்ஜி அம்பவாடி எனப் பெயரிட்டார். வீட்டில் அவருக்குப் பீமா எனச் செல்லப் பெயர் ஆகும் என்பது.

1896 - பீமாராவ், தபோலியிலிருந்து பள்ளியில் சேர்ந்தார். பின்னர் குடும்பம் சதாராவுக்கு மாறியதால், அங்கு இருந்த அரசு நடுநிலைப் பள்ளியில் சேர்ந்தார்.

1900 - சதாரா, அரசு நடுநிலைப்பள்ளியில், பீமாராவின் பெயர், வகுப்பு ஆசிரியர் அம்பேத்கர் என்பவரின் பெயரோடு இணைத்து, பீம்ராவ் ராம்ஜி அம்பேத்கர் என மாற்றப்பட்டு பதிவாகியது.

1901 - அம்பேத்கரின் குடும்பம் சதாராவிலிருந்து பம்பாய்க்குக் குடியேறியதால், அங்கு இருந்த உயர்நிலைப் பள்ளியில் சேர்ந்தார்.

1906 - அம்பேத்கருக்கும், ராமாபாய் அம்மையாருக்கும் திருமணம் நடந்தது.

1907 - அம்பேத்கர் மெட்ரிகுலேஷன் தேர்வில் வெற்றி பெற்றார். இதற்காக ஒரு பாராட்டுக் கூட்டம் நடந்தது. ஆசிரியரும் எழுத்தாளருமான கெலூஸ்கர் என்பவர் தாம் எழுதிய 'பகவான் புத்தரின் வரலாறு' என்னும் நூலைப் பரிசாக அளித்தார்.

1908 - அம்பேத்கர், பம்பாய் எல்பின்ஸ்டன் கல்லூரியில் சேர்ந்தார்.

1910 - பரோடா பேரரசர் - அம்பேத்கர் சந்திப்பு.

1912 - பம்பாய் பல்கலைக் கழக பி.ஏ. தேர்வில் வெற்றி பெற்றார்.

1913 - அமெரிக்க நாட்டுக் கொலம்பியா பல்கலைக்-கழகத்தில் படிப்பதற்கு மாணவர்களுக்கு உதவித்-தொகை அளிப்பது பற்றி பேரரசர் அறிவித்தார். மூன்று ஆண்டுகள் அமெரிக்காவில் படிப்பதற்கு உறுதிமொழி அளித்து அம்பேத்கர் உதவித் தொகை பெற்று கொலம்பியா பல்கலைக்கழகத்தில் சேர்ந்தார்.

1915 - பொருளியலில் எம்.ஏ. பட்டம் பெற்றார்.

1916 - இந்தியாவில் சாதிகளின் தோற்றமும் வளர்ச்சியும் என்ற தலைப்பில் கருத்தரங்கில் கட்டுரை படித்தார். அந்தக் கட்டுரை பின்னர் அவருடைய முதல் நூலாக வெளியிடப்பட்டது. லண்டன், பொருளியல் மற்றும் அரசியல் கல்லூரியில் சேர்ந்து பொருளியலில் எம்.எஸ்.சி. பட்டம் படிக்கத் தொடங்கினார். இந்தக் கல்லூரியிலேயே பின்னர் பொருளியலில் டி.எஸ்.சி. பட்டமும், பாரிஸ்டர் பட்டமும் பெற்றார். கொலம்பியா பல்கலைக்கழகம் அம்பேத்கருக்குப் பொருளியல் ஆய்விற்காக பி.எச்.டி. பட்டம் வழங்கியது.

1917 - அம்பேத்கர் தாயகம் திரும்பி பரோடா பேரரசரின் ராணுவச் செயலாளராகப் பொறுப்பேற்றார். அலுவலகத்திலும், சாதியால் அவருக்குப் பல இழிவுகள் நேர்ந்தன. இவற்றால் மனமுடைந்த அம்பேத்கர், வேலையை விடுத்து, பம்பாய்க்குத் திரும்பினார்.

1918 - பம்பாய், சைடன் ஆம் கல்லூரியில் அரசியல், பொருளியல் பேராசிரியராகப் பணியாற்றத் தொடங்கினார்.

1919 - தாழ்த்தப்பட்ட மக்களுக்கு வாக்குரிமை அளிக்கக்- கோரி, சவுத்பரோ குழுவினருக்குக் கோரிக்கை அளித்தார்.

1920 - மூக்நாயக் (ஊமைகளின் தலைவன்) என்ற இதழை வெளியிட்டார்.

- கல்லூரிப் பேராசிரியர் பதவியைத் துறந்து படிப்பதற்காக மீண்டும் லண்டனுக்குச் சென்றார். லண்டனில் அரசியல், பொருளியல் கல்லூரியில் படித்துக்கொண்டே வழக்கறிஞர் பட்டத்திற்கும் படிக்கத் தொடங்கினார்.

1923 - மீண்டும் இந்தியாவிற்குத் திரும்பினார். பம்பாய் உயர்நீதி மன்றத்தில் வழக்கறிஞரானார். அம்பேத்கர் மேற்கொண்ட ரூபாயின் சிக்கல் ஆய்வுக்காக லண்டன் பல்கலைக்கழகம் அவருக்கு டி.எஸ்.சி. பட்டம் வழங்கியது.

1924 - அம்பேத்கரின் அரசியல், சமூக, கல்விப்பணிகள் தொடங்கின. தாழ்த்தப்பட்ட மக்களின்

முன்னேற்றத்திற்காக ஒதுக்கப்பட்டோர் நல்வாழ்வுப் பேரவை என்ற அமைப்பைத் தோற்றுவித்தார்.

1925 - பம்பாய் மாநிலத்தில், தாழ்த்தப்பட்ட மக்களுக்காக நான்கு விடுதிகளை அமைத்தார்.

1926 - பம்பாய் சட்டமன்றத்தில் நியமன உறுப்பினரானார்.

1927 - மகாத் நகர சவுதார் குளத்தில் தாழ்த்தப்பட்டோர் தண்ணீர் எடுக்கும் உரிமைக்காகப் போராடி வெற்றிப் பெற்றார். மனுதர்ம நூலை எரித்தார்.

1928 - தாழ்த்தப்பட்ட மக்களின் கல்வி, வேலைவாய்ப்பு, அரசியல் சிக்கல்களை விளக்கி இந்தியாவிற்கு வந்திருந்த சைமன் குழுவிடம் அறிக்கை அளித்தார். பம்பாய், அரசினர் சட்டக் கல்லூரியில் பேராசிரியராகவும், பின்னர் முதல்வராகவும் நியமனம் பெற்றார்.

1929 - சமதா வார இதழை வெளியிட்டார்.

1930 - நாசிக் நகரில் கலாராம் கோயில் நுழைவு அறப்போர்.

நாக்பூரில் ஒடுக்கப்பட்ட மக்களின் மாநாடு.

லண்டன் வட்டமேசை மாநாட்டிற்கு உறுப்பினராக நியமனம்.

1931 - லண்டனில் முதலாவது வட்டமேசை மாநாடு நடந்தது. இந்தியாவில் நிலவும் தீண்டாமை

வழக்கத்தின் கொடுமைகளை எடுத்துரைத்துத் தாழ்த்தப்பட்ட மக்களுக்குத் தேர்தலில் தனித் தொகுதி ஒதுக்க வேண்டும் எனக் கோரிக்கை விடுத்தார். வட்டமேசை மாநாட்டில் அம்பேத்கரின் சொல்லாற்றலையும் பணிகளையும் பரோடா பேரரசர் பாராட்டினார்.

1932 - தாழ்த்தப்பட்ட மக்களுக்குத் தேர்தலில் தனித் தொகுதிகளை ஒதுக்க ஆங்கில அரசு அறிவித்தது. இவ்வாறு தனித்தொகுதி ஒதுக்குவதை எதிர்த்து காந்தியார் உண்ணாநோன்பு மேற்கொண்டார். உண்ணா நோன்பை நிறுத்தி, அவருடைய உயிரைக் காப்பாற்றுவதற்காக, அம்பேத்கர் தனித் தொகுதி உரிமையை விட்டுக் கொடுக்க முன்வந்தார். பூனா ஒப்பந்தம் ஏற்பட்டது.

1935 - ராமாபாய் அம்பேத்கர் மறைவு.

அம்பேத்கர் பம்பாய், அரசு சட்டக்கல்லூரியின் முதல்வராகப் பொறுப்பேற்றார்.

நாசிக் மாவட்டம் இயோலா என்ற இடத்தில் நடந்த மாநாட்டில் தாம் இந்து மதத்தை விட்டு வெளியேற இருப்பதாக அறிவித்தார்.

1936 - சுதந்திரத் தொழிலாளர் கட்சியைத் துவக்கினார்.

1941 - சாதி ஒழிப்பு என்ற புகழ் பெற்ற நூல் வெளியீடு.

1942 - அகில இந்திய தாழ்த்தப்பட்டோர் சம்மேளனம் அரசியல் கட்சியாக அமைக்கப்பட்டது.

வைசராயின் நிர்வாகக் குழுவில் தொழிலாளர் உறுப்பினராக நியமனம்.

1944 - மாநிலங்களும் சிறுபான்மையினரும் - நூல் வெளியீடு.

1945 - பம்பாயில், மக்கள் கல்விக் கழகத்தை அமைத்தார். அதன் சார்பில் கல்லூரிகள் பல ஏற்பட்டன.

- காங்கிரசும், காந்தியும் தீண்டப்படாத மக்களுக்குச் செய்தது என்ன ? - நூல் வெளியீடு.

1946 - சூத்திரர்கள் யார் ? - நூலை வெளியிட்டார்.

- இந்திய அரசியலமைப்புப் பேரவையின் உறுப்பினராக வங்காள மாநிலத்திலிருந்து தேர்ந்தெடுக்கப்பட்டார்.

1947 - நேரு தலைமையில் அமைந்த அமைச்சரவையில் அம்பேத்கர் சட்ட அமைச்சராகப் பொறுப்பேற்றார். அரசியலமைப்பு வரைவுக் குழுவின் தலைவரானார்.

1951 - சட்ட அமைச்சர் பதவியைத் துறந்தார்.

1952 - முதல் நாடாளுமன்றத் தேர்தலில் தோல்வியுற்றார். பம்பாய் மாநில சட்டப்பேரவை தேர்ந்தெடுத்து நாடாளுமன்ற மேலவை உறுப்பினரானார்.

1954 - பர்மா நாட்டில் நடந்த பௌத்த மாநாட்டில் கலந்து கொண்டார்.

1955 - பௌத்த நெறியைத் தழுவப் போவதாக அறிவித்தார்.

1956 - புத்தரும் அவரது தர்மமும் நூலை எழுதினார்.

அக்டோபர் 14-நாக்பூரில் வரலாற்றுச் சிறப்புமிக்க விழாவில் லட்சக்கணக்கான மக்களோடு பௌத்த நெறியைத் தழுவினார்.

காட்மண்டு நகரில் நடந்த பௌத்த மாநாட்டில் கலந்து கொண்டு புத்தரும் கார்ல்மார்க்சும் என்ற தலைப்பில் பேசினார்.

டிசம்பர் 6-டெல்லியில் அம்பேத்கர் மறைந்தார். டிசம்பர் 7-பம்பாயில் தாதர் கடற்கரையில் அவரது உடல் அடக்கம் செய்யப்பட்டது.

★ ★ ★